ANTHO

The essentials of the Yoruba language

THE ESSENTIALS OF THE YORUBA LANGUAGE

P. O. Ogunbọwale, B.A. (HONS), LONDON

DAVID McKAY COMPANY, INC.
New York

The Essentials of the Yoruba Language

Library of Congress Catalog Card Number: 70–119121

PRINTED AND BOUND IN GREAT BRITAIN

Contents

Chapter page

Foreword

I have great pleasure in writing this Foreword to the late Mr Ogunbọwale's book *The essentials of the Yoruba language*. Since brevity is the soul of wit, I will be brief.

I have carefully read through the manuscript and I am convinced that this book will be found to be 'just the thing' by educated Nigerians who wish to learn Yoruba as their second Nigerian language in these days of nation-building. The author told me before he died that, for the Yoruba, there was in the offing a Yoruba version of the book written in accordance with the modern trend for pupils to have their mother tongue expounded to them through the medium of the mother tongue itself.

Scientific linguists will surely find at least a few things to criticize in this book, but for the non-linguist the work is undoubtedly satisfactory as a handbook of the statements which not only tell the main facts and explain the system of the language but which also give a clear idea of its present structure.

Accordingly I commend the book to the general public, especially in the cause of hastening the day when an educated Nigerian citizen will freely join in conversation in the local indigenous tongue in whichever of the state capitals he happens to be visiting.

S. A. Babalọla, M.A. (CANTAB.), PH.D. (LONDON)
School of African and Asian Studies,
University of Lagos
Lagos

September 1969

Preface

The author's experience in teaching Yoruba in the Moscow State Institute of International Relations, in Nigerian secondary schools and teacher training colleges, and his connection with the examining bodies in the Yoruba language have enabled him to write this book. It has been written for anyone who has a working knowledge of the language. The book will be useful for secondary schools, teacher training colleges, Advanced Level G.C.E. classes and the first year of Yoruba studies in the university. It will also be a very useful handbook for students following the University Proficiency Certificate Course in Yoruba.

I should like to express my thanks to all my friends in Nigeria and in Moscow for their help and encouragement; to the former Nigerian Chargé d'Affaires in Moscow, Mr V. A. Adegoroye and his wife; to Chief J. S. Ogunlade and my brother, Mr S. A. Ogunbọwale, for sending me the books I needed from Nigeria and for finding people to answer the questionaires I sent to them; to all the authors and publishers whose works I have quoted.

I am grateful to the authorities of Moscow State Institute of International Relations for giving me facilities and letters of introduction to libraries in Moscow; to my colleagues in the Department of African Languages for discussions on the grammar of their respective languages; and to Messrs O. Ogunba, Abiọdun Adetugbọ and Wande Abimbọla, all of the University of Lagos.

My gratitude goes to Dr Boye Babalọla of the University of Lagos for reading through the manuscript and for making valuable suggestions; to Dr Ayọ Bamgboṣe, Dr Kay Williamson and Dr Elizabeth Dunstan, all of the University of Ibadan, through whose lectures and discussions

I have been able to write the chapter entitled 'The Phonology of Standard Yoruba'. My thanks go to Mrs T. O. Tẹjuoṣo for the final retyping of the script and to my wife, Rẹmi, for her great help.

I wish to thank Mr C. M. Kershaw and Mr A. E. Sims of the University of London Press Ltd, for their encouragement in the preparation of this book and particularly Mr Sims for his helpful suggestions with regard to several points of detail.

Whatever may be the shortcomings of this book, they are entirely due to me.

P. O. Ogunbọwale
Faculty of Arts
University of Lagos

September 1967

Acknowledgments

The publishers are grateful to the following for permission to reproduce extracts from their books:

Dr I. A. Akinjogbin and Mr A. Faleti for an extract from *Olókun* published by the Yoruba Historical Research Scheme, Ibadan.

Dr S. A. Babalọla for an extract from *Ìjálá Atẹ̀nudẹ́nu* and Mr B. Gbadamọsi and Mr U. Beier for extracts from *Yoruba Poetry*, both works published by General Publications Section, Ministry of Education, Ibadan.

Professor Bọlaji Idowu for extracts from *Olódùmarè* and Mr J. F. Ọdunjọ for extracts from *Akójọpọ*, both works published by Longmans Green and Co. Ltd.

Mr J. O. Láṣọ̀rè for an extract from *Gbejẹ o níyì* published by Lakesi Press, Abẹokuta.

Mr J. E. S. Oguji for an extract from *Ìwé Àròfọ̀-Aláwĭdọ̀la* published by The Nigerian Economic Development Society.

Evans Brothers Ltd for an extract from *Àwọn Irúnmalẹ̀ Ilẹ̀ Yoruba* by Mr P. O. Ogunbọwale.

Introduction

One of the major complaints about the Yoruba language is that it has not yet been fully analysed. However, a full analysis of a language is rarely achieved because every day scholars propound new theories and make new discoveries. The more books are written on any language, the more materials are put at the disposal of scholars to find out more about that particular language.

The Yoruba language has not been analysed further than its present stage because of the emphasis put on the study of the English language. This limits the number of authors who might have produced books on the subject and eventually the number of readers in the language. However, this emphasis has not gone unchallenged. For example, the earliest newspapers played their own part and 'from 1859–1861, *Iwe Irohin* played an important role and it was the only mass medium of social intercourse between the natives and the British traders and missionaries... There was also at this time a strong demand for Yoruba literature and a standard orthography.'[1]

Since 1960 there has been a real awakening in the study of Yoruba as well as in the study of the other Nigerian languages. All the universities in Nigeria have established Departments of African Studies and have special programmes for the scientific study of Nigerian languages. With so much literature now available in the language, it is possible to study it in depth. However, this does not mean that the present work is exhaustive. For example, scholars have yet to make a serious study of the dialects of the Yoruba language; phonetic irregularities present in

[1]E. E. Bassey, 'The Press of Nigeria' (unpublished thesis, Moscow State University 1964).

idiomatic expressions have not been fully explored; and metres in Yoruba poetry have not been properly analysed.

The essentials of the Yoruba language is broadly divided into three parts. Part One deals with the modern approach to orthography. Orthographic representations of Yoruba sounds are given and are related to their nearest English equivalents. The professional linguist is referred to Appendix III 'The Phonology of Standard Yoruba', in which detailed analysis of the sound system of the language has been attempted.

Considerable attention is given to pronunciation in this book, and so the words are fully tone-marked. It will therefore be a useful guide for exercises in pronunciation as well as for understanding some of the fundamentals of the Yoruba language. In the hands of a teacher of Yoruba, teaching texts or a course of study could be planned in accordance with the points discussed in this book.

Part Two is devoted to grammar. Since this book is written in English and we have not yet evolved new grammatical terminology for Yoruba, English grammatical terms[2] have to be used to a considerable extent. However, linguists studying African languages have been trying not to relate the grammar of these languages to that of the Indo-European languages. Therefore the most complicated aspect of the grammar of Yoruba, the *verb system*, has been treated on its own merit and removed from the straightjacket of the English language into which early grammarians of the Yoruba language had forced it.

Elements of poetry are very common in the speech of the average Yoruba. These elements are mostly found in riddles, songs and proverbs as well as poetry proper, all of which are treated, and together form Part III of this book. Again, English literary terms like metaphor, simile, etc., are used and translations of Yoruba expressions into English are attempted, particularly for the benefit of the non-Yoruba who may have studied the language enough to be able to use this book.

Of course the reader must not think that Yoruba is so much influenced by English. Like any other language which comes in contact with an alien culture, Yoruba has a capacity for absorbing foreign words (see Appendix II). But where the Yoruba have no word for an imported article, they sometimes give it an imitative or a descriptive name, e.g. *motorcycle* is called **alùpùpù**, a word imitative of the sound made by the motorcycle. The radio is sometimes called **asọrọmagbesi**, *one who speaks*

[2]*English* grammatical terms are not of course, truly English. They were derived from the study of Latin grammar and many are considered to be unsatisfactory to describe modern English.—Editor.

and cannot take a reply: a word descriptive of the experience of listeners in that they cannot reply to the speech they hear from the radio set.

It may be helpful to the student to mention a few notable characteristics of the language before we analyse it in detail.

(1) There is a complete and regular system of prefixes by which substantives are formed. As Dr Vidal said: 'This is a prominent feature in the language and it renders it susceptible of increase to an indefinite extent. The original idea contained in the simple verb may be modified in a variety of ways, and carried through numerous relations without periphrasis, by the mere addition of prefixes, in such a regular system that it is scarcely possible to mistake the meaning of the compound.' For example, notice the different variations in the verb **mọ̀**, *to know*.
mọ̀, *to know*
ìmọ̀, *knowledge*
àìmọ̀, *ignorance*
láìmọ̀, *without knowing*
aláìmọ̀, *the state of having no knowledge of something*
àtimọ̀, *the problem of being able to know*

(2) The verb is not conjugated. Auxiliaries (formants) and very often the context determines the tense of the verb.

(3) It has a rich profusion of proverbial sayings. In this respect, Yoruba is no ordinary language. There is scarcely an object presented to the eye, or scarcely an idea excited in the mind, which is not accompanied by some sententious aphorisms founded on a close observance of men and manners, and in many cases, of a decidedly moral tendency.

(4) Compound words are numerous in the Yoruba language and that is why the student needs to pay attention to the initial stages of the study of the language. Yoruba poetry is full of these compound words that put in a nutshell the characteristics of what is being described, e.g. **Ajiṣefini** means *someone who wakes up in the morning, dresses himself properly and neatly and puts all things in their proper positions.*

For a thorough understanding of the language, the student should have a basic knowledge of the culture of the people: marriage, naming of children, mutual aids, rights of property, funeral ceremonies, religion, salutations and greetings, etc. One may be able to read Yoruba words correctly, but to have a real estimation of what one reads or hears, a background knowledge of the culture of the people is necessary.

A study of Yoruba poetry is also essential. This category includes the songs of the people. There are simple verses as well as classical ones, and monologues also exist. There is no category of poetry which cannot be found in Yoruba poetry. Many examples are given in this book on pp.147–80.

PRONUNCIATION

Chapter 1

Vowels

There are seven pure vowel sounds[1] written as follows:

a e ẹ i o ọ u

To arrive at the exact sound or one as near as possible to the Yoruba sounds, the following comparison may be found useful:

a is nearest to the English sound *a* in *part*
i is like the English *e* in *we*
u is the same as the English *u* in the word *bull*
e The Yoruba **e** is pronounced with close lips.
The **e** is as in French *été*, i.e., like the first element in the diphthong in English *take*
ẹ The English equivalent of the Yoruba **ẹ** is the sound *e* in *pet*
o The Yoruba **o** is pronounced with the mouth rounded.
The **o** as in French *chaud*, that is, like the first element in the diphthong heard in English *boat*
ọ The English equivalent of Yoruba **ọ** is the *aw* sound in *pawpaw*.

It should be emphasized that each Yoruba vowel has a constant sound and does not change as in the English language where, for example, *u* has different sounds in the words *bull* and *but*.

Nasalized vowels

There are five nasal vowels which are written by adding an n to each of the vowels except **o** and **e**. Thus we have **an** . . . **ẹran**, *meat*, *animal*.

[1]R. C. Abraham, *Dictionary of Modern Yoruba*, p. xxi.

in . . . erin, *elephant*
ọn . . . ìbọn, *gun*
un . . . ẹ̀gún, *thorn*
ẹn . . . ìyẹn, *that*

The difference in the pronunciation of the sounds **an** and **ọn** is not very distinct: these are interchangeable. Certain words are written with **an** while the pronunciation is definitely **ọn**.
Ibad*an* (pronounced **Ìbàdọ̀n**), *the capital of Western Nigeria.*
ẹr*an* (pronounced **ẹrọn**), *meat*, *animal* (J. O. Ajibọla, *Owe Yoruba*, p.13)
ọ̀d*an* (pronounced **ọ̀d*ọ̀n***), *field*

Rules for pronouncing the extended vowel

The extended vowel is not tone-marked, so attention should be paid to the tone on it.

(1) When the tone on the vowel to be extended is either low (/) or middle (–), the tone on the extended vowel is acute or high tone (\\), e.g. **sè é**; **wò ó**; **jẹ̄ ẹ́**; **mū ú**.

(2) When the tone of the vowel of the verb to be extended is high (/), the tone on the extended vowel is middle (–), e.g. **gé ē**; **ṣọ́ ọ̄**; **kó ō**.

Note: When the low tone (\\) is followed by a noun, the verb, although having a low tone, is pronounced as if it had a middle tone on it.
Mo sè ọbẹ̀ is pronounced **Mo se ọbẹ̀**.
Mo bọ̀ bàtà is pronounced **Mo bọ bàtà**.

Chapter 2

Consonants

b d f g gb h j k l m n p r s ṣ t w y

k, g, d, b and **t** are approximately similar in pronunciation in both English and Yoruba.

p is pronounced by placing the mouth in a position to sound *k* but finally pronouncing *p* by forcing out a mouthful of air.

j, f, s, h, r, l, w, n, and **m** are approximately similar in pronunciation in both languages.

y has the same sound as *y* in *you.*

ṣ has the same sound as the *sh* in *show.*

gb is pronounced with an apparent emphasis on *b* while the tongue is in a position to produce *g*. The *b* sound is produced by forcing out a big volume of air from the mouth.

Note:

(1) Each letter of the alphabet in Yoruba has only *one* sound irrespective of its position within a word. For example the letter *c* in English has two different sounds in the word *civic.* The first *c* is an *s* sound while the second is a *k* sound. This kind of thing does not happen in Yoruba.

(2) The comparison of the consonants discussed so far is valid as far as their pronunciations are concerned when each occurs in a word. However, when a consonant stands alone, as a single letter, the pronunciation is different. In Yoruba each consonant is pronounced as if an *i* is attached to it, e.g. **b** is pronounced *bi* and **d** is *di.*

The Yoruba alphabet is written in this order:

A B D E Ẹ F G GB H I J K L M N O Ọ P R S Ṣ T U W Y
a b d e ẹ f g gb h i j k l m n o ọ p r s ṣ t u w y

(3) The standing together of two different vowels is not very common in Yoruba except in negative prefixes, e.g. **àìmọ̀** *ignorance*. In this word, each of the vowels is pronounced separately. But note the following examples where the two are *not* pronounced separately:
aiya (pronounced **àyà**) *chest*, as against **aya**, *wife*
aiye (pronounced **ayé**) *world*, as against **àyè**, *space*, *room*
ẹiyẹ (pronounced **ẹyẹ**) *bird*, as against **ẹ̀yẹ**, *honour*
igboiya (pronounced ìgboyà) *bravery*

(4) Beside **gb** two consonants standing together and having only one sound occur in the following instances:
Nwọn[1] (pronounced **wọn**) *they*, as against **wọn**, *them*, *their*
Ẹ̀nyin[1] (pronounced **ẹ̀yin**) *you*, as against **ẹyin**, *egg*

ng first person pronoun, singular number, is pronounced as a nasalized *n* sound with the phonetic sign 'ŋ'. This sound also is used for the **n** or **m** prefixed to verbs in the present continuous aspect: ńlọ, ńṣe, ḿbọ̀, ḿbẹ.

A few words are pronounced with more letters than are written down.
on (pronounced **òun** or **òwun**) *he*, *she*, *it*
ońjẹ (pronounced **oúnjẹ** or **owúnjẹ**), *food*
enia (pronounced **ènì-àn**, **ènìyàn** or **ènìyọ̀n**), *person*

[1] Ayọ Bamgboṣe suggests that we should do away with
(a) the **i** under (3) except the negative prefixes and
(*b*) the **n** under (4) and the **g** in **ng** (I).

Chapter 3

Accents or tone-marks

Following the definition of Dr K. F. Pike, 'a tone language is one in which contrastive pitch levels do not merely form the intonation tune of a sentence as, for instance, in English, but enter as distinct factors into the lexical elements of the language, and in some languages, of which Igbo is one, into the grammar as well'.[1] This statement is very true of the Yoruba language where tone-marks are actually used on the words. In fact there has been a lot of discussion about the accents or tone-marks used in Yoruba. For example, a review of Chief I. O. Delanọ's *Atumọ Ede Yoruba* and the late Dr R. C. Abraham's *Dictionary of modern Yoruba* said:

> '. . . and the accents? Dr Abraham rightly rejected the circumflex (ˆ) since it is not helpful, but in its place has introduced a most unattractive system. Altogether, he must have used between ten to twelve types of accents.
>
> 'In contrast, Chief Delanọ believes that accents are not necessary since the sense of the sentence will always dictate the correct tone. But cannot the tone dictate the sense of the sentence? And how do you know the pronunciation of a word when you see it in a dictionary unattached?'
>
> The review continued: 'These two scholars have underlined the greatest difficulty confronting the writing of Yoruba language. Both of them agree that the language is tonal. Both rejected the old system of three accents. But what do we put in its place? Here lies the difficulty which we must overcome.'[2]

[1]M. M. Green and G. E. Igwe, *A descriptive grammar of Igbo*.
[2]I. A. Akinjogbin, book review, *Odu*, 7 March, 1959, pp. 44–45.

Since the date of this publication, writers in the language agree in principle that tone-marks should be reduced to the minimum. Everyday words are not tone-marked, but where a word could be mistaken for another owing to similarity in spelling, tone-marks are necessary.

apá, *arm*
àpá, *scar*
àpà, *a wasteful person*

Yoruba has the advantage of the use of tone-marks over other tonal languages which do not use tone-marks because it does not leave the reader guessing the pronunciation and meaning of the words. Note the following examples from the Igbo language which does not use tone-marks:

Oke (pronounced **oké**), *rat*
Oke (pronounced **òkè**), *share*

The tone-marks used in this book are based on the musical nature of the Yoruba language. The three basic tones (low, high and middle) can be played on the piano as follows: doh on middle C for the 'low' tone; mi on note E the middle tone; and soh, note G, for the 'high' tone. The remaining tones are merely a combination of any two of the three basic tunes stated above. Here is a table of the different combinations:

Low	doh	low	\	low-middle	_	low-high	˅
Middle	mi	middle	–	middle-low	¬\	middle-high	_/
High	soh	high (up)	/	high-low	^	high-middle	/‾

In addition there are

Double low \\\\ Double high // Double middle --

These three basic tunes have been proved by examining Mr Fẹla Ṣowande's music in *Ọbangiji* and Rev. T. O. Olude's music in *Mayọkun* which are applications of Yoruba music to Christian religious services. In the same category are the Yoruba music of the Catholic Church, Dahomey, and the recent work of Rev. Father K. Carrol in Ijẹbu-Igbo, Western Nigeria. For more examples, in all the 48 songs in *Àkójọpọ̀ Orin Ìbílẹ̀ Yorùbá* (a collection of indigenous Yoruba songs) by P. O. Ogunbọwale, there is not a line in which the three basic tunes do not occur more than twice. In the first song, for example, there are 14 tone-patterns out of which 2 are neither doh, mi nor soh. In song No. 25, there are 110 tone-patterns of which 20 are not of the real basic tune of the language. Three of the eight lines have no foreign tone-patterns except various combinations of doh, mi and soh.

Below are examples of the different combinations of the different tone-patterns in musical notation and tonic solfa as well as appropriate Yoruba words.

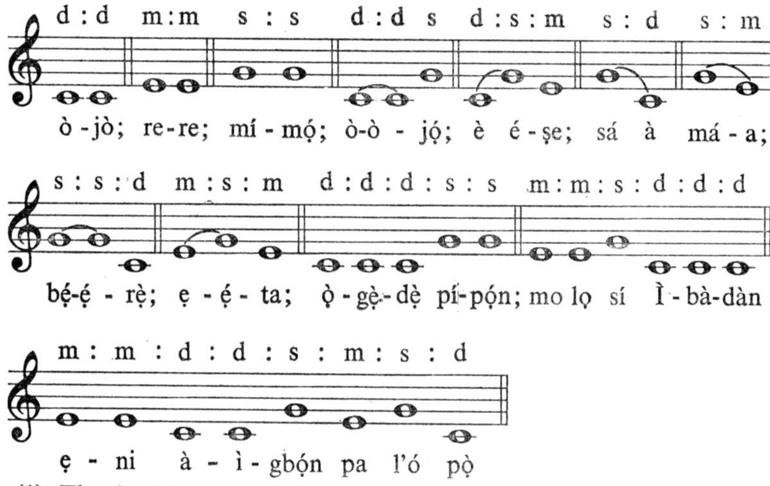

(1) The double accents (or gliding tone) can be reduced to single tones if we recognize that a syllable bearing a double tone could be split into two with individual tone-marks on it. There is no doubt that phonetically these syllables bearing gliding tones are longer than unit syllables.

(2) d : r : m could be used instead of d : m : s which actually demonstrate the differences in tunes more clearly. In true Yoruba indigenous music d : r : m or d : m : s are the commonest tunes.

Which tones should be marked?

The present work has been heavily tone-marked so as to give the student the necessary help in correct pronunciation at the initial stage. But the general principle is as follows:

(1) Letters with middle tones are not tone-marked.

(2) In quotations, single vowels with double accents 'low-high' are marked 'ˇ' and those with 'high-low' tones are marked '^'.

na (pronounced **náà**), *the*
bẹ (pronounced **bẹ́ẹ̀**), *like that*
yi (pronounced **yìí**), *this*
bẹkọ (pronounced **bẹ́ẹ̀kọ̀ọ́**), *it is not so*

(3) Where a middle tone occurs in combination with another tone on a single vowel, double vowels are used.
ma . . . máa, *usually*
Èmi máa ńlọ si ibi-iṣẹ́. *I usually go to work.*

Accents on consonants 'n' and 'm'

As a general rule, these consonants are not tone-marked, but it is necessary to know the tones on them for lexical and grammatical considerations.

(1) The **n** (**m** before the letter **b**) prefixed to verbs to form the present continuous aspect takes an acute or high-tone,
ńlo (pronounced **ún-lọ**), *is going*
ḿbọ̀ (pronounced **ún-bọ̀**), *is coming*

Some exceptions to this rule are **ńlá** (**ún-lá**) meaning *big*.
ilé ńlá, *a big house*

'**Ǹjẹ́**' (**ùn-jẹ́**) is a particle for asking questions.
Ǹjẹ́ o ti jẹun? *Have you eaten?*
compared with
Olu ńjẹ ẹran. *Olu is eating meat.*

(2) Many Yoruba words with **n** and **m** have the same tone on these consonants as they have on the vowels preceding them. To avoid unnecessary nasalization such words are accented in this book where necessary.
gbòǹgbò (pronounced **gbò-ùn-gbò**), *root*
gbóńgbó (pronounced **gbó-ún-gbó**), *club*
Dẹ̀dẹ̀ǹkorì (pronounced **dẹ̀dẹ̀-ùn-korì**), *a nickname*
gbōn̄gbō (pronounced **gbō-ūn-gbō**), *shapeless*

Note the **un** in the words **dun**, **dundun** and **dundu**
dùn (nasalized **u**), *sweet*
Ọbẹ̀ náà dùn. *The soup is sweet.*
dùndún (both **u**'s are nasalized), *a type of drum*
dùǹdú (pronounced **dù-ùn-dú**), *fried yam*
Dùǹdú náà dùn púpọ̀. *The fried yam is very sweet.*
bẹ̀m̀bẹ́ (pronounced **bẹ̀-ùn-bẹ́**), *a kind of drum*

Examples of words where the tone on either **n** or **m** is different from the tone on the syllable preceding it are:
ìjíǹjí (pronounced **ìjí-ùn-jí**), *very early in the morning*
Lím̄bájé, Báñdélé, Gbéñró, Adébám̄bọ̀, òrom̀bó, kíǹlā.

(3) Borrowed words with **n** or **m** are tone-marked on their first occurrence in this book.
nọ́ḿbà (pronounced **nọ́-úm-bà**), *number*
pẹ́ńsùlù, *pencil*
jíǹkí (from Hausa **jinke**), *endowed with*
káńtáfíìtì, *counterfeit*
(See Appendix II on borrowed words)

(4) Care should be taken in reading such words as **nkan**
nǹkan (pronounced **un-ùn-kan**), *something*
nǹkankan (pronounced **un-ùn-kankan**), *something*
Sentences:
Omi náà ńkán. *The water is dropping.*
Mo ri nkan[3] ninu apo mi. *I saw something in my pocket.*
Ko si nkankan[4] ninu apo mi. *There is nothing in my pocket.*

Two problems remain to be solved.

(1) How to reduce further the number of tone-marks used in our literature.

(2) How to do away with the slur (~).

It is possible to reduce the tone-marks in prose, but the reduction will be a little difficult in poetry where some of the important words are of compound origin. It will be necessary therefore to give as much help as possible to the reader in order to arrive at the real meaning of the poem. Sometimes also the tone on a word in poetry may change while the meaning of the word remains the same. For example **Ọlọrun** is pronounced **Ọlọ̀run** in the following line of poetry.

Ò sán ṣòkòtò péńpé,
Oníbodè Ọlọ̀run

But the more the materials produced on the subject, the less will be the need to use tone-marks.

[3]nǹkan
[4]nǹkankan

The problem of the slur (~) is much more a concern of the publisher and the printer. Some new publications use '∨' on a vowel with high and low tones and '∧' for one with low and high. However, the more difficult tones like the double 'up' (//) and the double 'low' (\\) have not yet been accepted by publishers and printers. This has driven some authors to write **òòrùn** for sun. The use of the double vowel is a simplification of this tonal language. The slur, for example, could be retained (if need be) to denote a double middle tone (– –). This has been brought out by Chief Odunjọ in *Alawiye Kẹfa*, page 26, and in an article written by Mr O. Adebiyi, *Ìlò Awọn Àmì Lori Ọrọ Yoruba*, in *Olokun* No. 2, 2nd September 1960. However, the double vowel should be used where a long vowel occurs within a word. Furthermore, accents should always be used wherever there are differences in tones.

It has been observed that even where two tones occur on a single vowel, the duration of the two tones is not the same. A full-scale analysis of the tone shows that some tones we even classify as one tone are in fact two tones, if we want a foreigner to get the exact Yoruba tone of certain words. Let us take these three sentences:

Orí ńfọ̀ mi (one middle tone on the **mī**)
Ẹsẹ̀ ńdùn mi (two tones on the **mìí**—down and up)
Ehín ńro mí (one acute tone on the **mí**).

The second case is brought out more clearly when we consider the following:

Ẹsẹ̀ ńdùn wá (the tone on **wa** is more than one, i.e. **wàá**)
Ẹsẹ̀ ńdùn wọ́n (the tone on **wọn** is slightly more than one, i.e. **wọ̀n-ọ́n**)

The traditional writing of our language should be preserved while accents could be used to bring out the tones. If it is realised that some modern languages of the world have tones and the pronunciation of almost every word has to be learnt, it follows that the use of accents in the Yoruba language is an advantage, for a foreigner can read it on his own and get the correct tones. It is hoped that the future of the language will justify the extra expense which publishers and printers will put into adding more tone-marks.

Chapter 4

Slurring or inflexion

This is the modulation of the voice on one vowel or where more than one tone occurs on a single vowel. This aspect of the language concerns primarily:

(1) word junction between a noun and the possessive forms of pronouns.

(2) word junction between two nouns when the second noun is the qualifier of the first.[1]

(3) the extended vowel of the verb which forms the third person pronoun objective case.

(4) word junction between a noun and the possessive forms of pronouns.[2]

Class I: **mi** and **rẹ** which are slurred into by an additional low-tone.

Class II: **rẹ̀**, **wa**, **nyín** and **wọn** which are slurred into by an additional mid-tone.

[1]Word junction between two nouns when the second is the qualifier of the first, e.g. bàtà bàbá, *father's shoe*.
The first noun behaves like 3, 4, 5 and 6 as in the table under (1) Thus
bàbá bàtà—bàtàa bàbá, *father's shoe*
—Ọmọ Olú,—Ọmọọ, *Olu's child*
Bàbá Àkànbí,—Bàbáa Àkànbí, *Akanbi's father*.

[2]The rules which apply to (1) apply also to (2).

	NOUN ENDING IN A HIGH-TONE	NOUN ENDING IN A LOW-TONE	NOUN ENDING IN A MID-TONE
	bàbá	bàtà	ọmọ
1	bàbáà mi[3]	bàtàà mi[3]	ọmọ̀ mi[3]
2	bàbáà rẹ[3]	bàtàà rẹ[3]	ọmọ̀ rẹ[3]
3	bàbáa rẹ̀	bàtáa rẹ̀	ọmọọ rẹ̀[3]
4	bàbáa wa	bàtàa wa	ọmọọ wa[3]
5	bàbáa nyín	bàtàa nyín	ọmọọ nyín[3]
6	bàbáa wọn	bàtàa wọn	ọmọọ wọn[3]

Note:

(1) Slurring should neither be overdone nor be left undone. It should be slight to keep up the tempo of the musical nature of the language.

(2) If the slurring is exaggerated, or if it is not done at all, then the sound produced invariably suggests one of the local dialects.

(3) However, the slur is exaggerated for the sake of emphasis in speech and in poetry. This may express surprise.
Ọmọ mi! ó ti dé láti òkè-òkun! (ọmọ̀ mi) *My son! he has come back from oversea!*

Extension of the verb and tone (third person objective case)

The third person singular object pronoun is expressed by repeating the vowel of the verb, giving this a mid-tone if the tone of the verb is high, and a high-tone in other cases, i.e.

(1) If the verb ends in a high-tone, the extended vowel takes a mid-tone.
mú u, *take it*
kó o, *collect it*
ṣọ́ ọ, *watch it (him/her)*

[3]These can be pronounced without slurring
ẹ̀gbọ́n—ọ̀n mi or **ẹ̀gbọ́n mi**
ẹ̀gbọ́n—ọn rẹ̀ or **ẹ̀gbọ́n rẹ̀**

(2) If the verb ends in a low-tone the extended vowel takes a high-tone.
mọ̀ ọ́, *knows it (her/him)*
tò ó, *arrange it*
kò ó, *meet it (him/her)*

(3) If a verb ends in a mid-tone, the extended vowel takes a high-tone also.
mu ú, *drink it*
jẹ ẹ́, *eat it*
pa á, *kill it*

Note: Only the main verb is tone-marked, for the extended vowel is not tone-marked as a general rule. It is therefore necessary to understand the construction from the very beginning.

Chapter 5

Abbreviation and elision

Sounds sometimes undergo some changes when used in connected speech and particularly in poems. Consonants may be glided over or even omitted; and vowels may be elided or modified by the influence of neighbouring sounds. Some examples of these are seen in the formation of compound words.
ẹran-oko = ẹranko, *bush animal*
ọwọ́-dé-ọwọ́ = ọwọ́dọ́wọ́, *from hand to hand*

Vowel elision

As a general rule the vowel at the beginning of a noun is not elided.

Prepositions followed by a noun

The prepositions **sí, ní** and **lí** have their vowels elided but the tone on the **i** is transferred to the vowel at the beginning of the following noun, whatever the tone on such vowels.
Ó wá sí Ìbàdaǹ to read Ó wá s'Ìbàdàn. *He came to Ibadan.*
 Òjó wà ní ilé to read Òjó wà n'ílé. *Ojo is at home.*
Ìyá wà ní ọjà to read Ìyá wà l'ọ́jà. *Mother is at the market.*

GRAMMAR

Chapter 6

Nouns

Formation of nouns

Simple nouns

ilé, *house*
Òjó, *name of a person*
òjò, *rain*
ọjọ́, *day*
oko, *farm*
ọmọ, *child*

By prefixes

(1) Vowel prefixes. Some nouns are formed by prefixing certain vowels to verbs.

dẹ, *to hunt*	o	ọdẹ, *hunter*
fẹ́, *to love*	i	ìfẹ́, *love*
lé, *to increase*	e	èlé, *increase*
mí, *to breathe*	e	ẹ̀mí, *life*
rù, *to carry*	e	ẹrù, *load*

(2) Syllable prefixes

(a) pàdé, *to meet*
àbápàdé, *an unexpected meeting on the way*
dálóró, *to cause someone harm*
adánilóró, *someone who causes harm to another person*
òye, *sense, knowledge*
amòye, *someone who has sense or knowledge*

(b) **òǹ** is sometimes prefixed to verbs:
dè, *to tie*
òǹdè, *a prisoner*
gbẹ, *to dry*
òǹgbẹ, *thirst*

(c) **oní** and **olí** are often prefixed to words, and such words invariably show possession. **l** can be interchanged with **n**, but as a rule **l** is changed to **n** before a word beginning with **i**.

dájọ́, *to give judgement*	onídàjọ́, *a judge*
bẹ̀rù, *to fear*	onібẹ̀rù, *someone who is feared*
mọ̀, *to know*	onímọ̀, *someone who has knowledge*

The following are also in this category:

aṣọ, *clothes*	aláṣọ, *a cloth seller*
ẹmu, *palmwine*	ẹlẹ́mu, *palmwine seller*
epo, *oil*	elépo, *an oil seller*
igi, *wood*	onígi, *a wood seller*
ọtí, *liquor*	ọlọ́tí, *a seller of liquor*[1]

Reduplication

(1) Some verbs are duplicated to form nouns. These are mainly abstract nouns.

mí, *to breathe*	mímí, *the breathing*
rí, *to see*	rírí, *the act of seeing* or *appearing*

The first consonant in the verb and an **i** are prefixed to the verb to form a noun.

kí, *to greet*	kíkí, *the act of greeting*
lọ, *to go*	lílọ, *the act of going*
mu, *to drink*	mímu, *the act of drinking*
rà, *to buy*	rírà, *the act of buying*

(2) Some compound verbs are duplicated to form nouns:

paná, *to put out fire*	panápaná, *someone engaged in putting out fire; a member of the fire brigade*
pẹja, *to fish*	pẹjapẹja, *a fisherman*
jagun, *to wage war*	jagunjagun, *a soldier*

[1]When the noun starts with a consonant or an **i**, **oni** is used to show possession. pákó, *plan*, onípákó; jígí, *glass*, oníjígí.
See Delanọ, *Atumọ Ede Yoruba*, page lv.

(3) Reduplicating a noun and inserting in it one of the following:
dé, *to come, to arrive.*
ìrandéran, *from generation to generation*
ọmọdọ́mọ, *from child to child*; i.e. *generation*
ọwọ́dọ́wọ́, *from hand to hand*

kí (k) in the sense of *any* or *whichever*
ẹiyẹkẹ́iyẹ, *any bird*
ẹnikẹni, *anybody, anyone*
ẹrankẹ́ran, *any animal*
igikígi, *any tree* or *any wood*

yi (y); this is inserted for the sake of emphasis,
omiyǒmi, *even ordinary water*
omiyǒmi kò bù fún mí nínú ilé rẹ *He did not give me* ***even ordinary water*** *in his house.*

kò (k), *to meet*
àiyàkàiyà, *chest to chest*
ẹ̀gbẹ́kẹ̀gbẹ́, *side by side*
ojúkojú, *face to face*

kú: the presence of **kú** in a word has a bad or derogatory meaning, e.g. **sọ**, *to talk* or *to say*
ìsọ-kú-sọ, *talking nonsense*
ìmukúmu, *drinking liquor without any sense or limit*
ìpèkúpè, *pronouncing in a bad way*
ìwàkúwà, *bad manners*

lí (l), *to have* (*implying ownership*)
ẹranẹlẹ́ran, *another person's animal*
ọmọlọ́mọ, *another man's child*

rí (r) *to see*
ẹ̀mírẹ̀mí, *the act of meeting in peace after a long time*
ojúrójú, *the act of seeing face to face*

sí (a), *to*
ojúsójú, *face to face*
ilésílé, *house to house*
abúlésábúlé, *from village to village*
ìlúsílǔ, *from city to city*

Compound nouns

(1) By joining two nouns together.

ẹranko (ẹran-oko), *bush animal*
erin, *elephant*; omi, *water* = erinmi, *hippopotamus*

(2) By joining an adjective to a noun.
ẹni, *person*; èkejì, *second* = ẹnìkeji, *partner*; or *a second person* or *one's friend*
iyè, *mind*, méjì, *two* = iyèméjì, *a doubtful mind*

(3) Some abstract nouns are formed by combining two verbs and adding a vowel as prefix.
sọ, *to say*; and tán, *to finish* = àsọtán, *the act of saying everything*

In this category is the combination of a verb and a noun.
jomijòkè (jẹ-omi-jẹ-òkè), *a creature which can live both on land and in water*

Sometimes a verb takes a prefix **a** to form a noun:
àgbésókè, *the act of lifting up*
ànìkànjẹ, *selfishness*

(4) Sometimes several words are joined together to form a noun. Personal names are the commonest examples.
Abẹ́òkúta, *under the rock*
Adétòkunbọ̀. *The crown returns from overseas*
Ògúnbọ̀wálé (Ògún-bọ̀-wá-ilé). *Ogun returned home*
Olókèméji, *a possessor of two hills*

Other examples:
Afúnrúgbìn, *a sower of seeds*
Ilé-èrò, *passengers' waiting room*
Ilé-ìwé, *school*

Negative nouns

These are formed by the special prefix **ai.**
àìlóbìrin, *the state of having no wife*
àìlọ́kọ, *the state of having no husband*
àìjìyà, *the fact of not being punished*
àìnírètí, *the fact of having no hope*
àìṣẹ̀, *the fact of not having offended*
àìsùn, *the state of not sleeping*

Ma is sometimes used in forming negative nouns.
Ajẹunmáwẹwọ́, *one who eats without washing his hands*
Alọmápadà, *one who goes and does not return*
Asùnmádìde, *one who sleeps and does not wish to get up*

Importations

Some words have entered Yoruba vocabulary as a result of contact with other races. There are two categories of such nouns.

(1) Words which are written as they are pronounced by the people from whom they were borrowed.
fula (Hausa) **fìlà**
halfpenny (English) **epìn-nì**
motor (English) **mọ́tò**
radio (English) **rédíò**
wahala (Hausa) **wàhálà**
(A list of these foreign words is given on pp.189–91)

(2) Words describing the object or the sound made by it.
ọkọ̀-ojú-irin, *a railway train*
ọkọ̀-abẹ́-ilẹ̀, *an underground train*
ọkọ̀-òfurufú, *an aeroplane*
ọkọ-ojú-omi, *a ship*
alùpùpù, *motorcycle*
àmúga, *a fork*

Note: Several nouns may be formed from a single verb, e.g. ṣẹ̀, *to offend.*
ṣiṣẹ, *the act of offending*
ẹ̀ṣẹ̀, *sin, offence*
ẹlẹ́ṣẹ̀, *a sinner*
ìlẹ́ṣẹ̀, *the state of being in sin*
àìlẹ́ṣẹ̀, *the state of being without sin*
àláìlẹ́ṣẹ̀, *one who is free from sin.*

Classification of nouns

Yoruba nouns may be classified into

Proper nouns

The names of people or places

PERSONAL NAMES	NAMES OF PLACES
Àbíkẹ́	Abẹ́òkúta
Àkànkẹ́	Ìbàdàn
Bùnmi	Ìkẹjà
Òjó	Ìlarǒ
Olúṣọlá	Oǹdó

Common nouns

These do not denote one thing or person in particular but a class of things or persons of the same kind.
enia, *person*
ẹran, *animal*
igi, *tree*
ilé, *house*
ìlú, *town, city*
ìwé, *book*
jagunjagun, *soldier*
olùkọ̀, *teacher*

Abstract nouns

These denote some quality, state or action:
ìbínú, *anger*
ìbùkún, *blessing*
ìdàgbàsókè, *development*
ìfẹ́, *love*
ìgbérago, *pride*
ìpọ́njú, *adversity*
ọgbọ́n, *wisdom*
òṣì, *poverty*

Collective nouns

These denote a group of similar individuals or things:
àkójọpọ̀, *a collection*
èrò, *passengers*
ẹgbẹ́, *society, equals*
ẹbi, *family*
ẹṣí, *kind, group*

Sometimes a common noun may represent a collective noun.
Enia kò gbọ́dọ̀ jalè. *Man (people) should not steal.*
Ọlọpa kò gbọ́dọ̀ mu sìgá. *Policemen should not smoke.*

Number of nouns

Because the Yoruba language is non-inflective,[2] it is through the context

[2]i.e. the ends of words do not change with number, person, tense, etc., as in English: *book, books, I call, he calls, he called.*

that one knows whether or not a noun is in the plural number. But the chief word for indicating plural is **àwọn**. Hence,
àwọn àga, *chairs*
àwọn ìwé, *books*
àwọn ológbò, *cats*
àwọn ọlọ́pă, *policemen*

Other ways of knowing plurals

By the use of adjectives which are plural in meaning:
ìwé wọ̀nyĭ, *these books*
ilé wọ̀nyẹn, *those houses*
aṣọ púpọ̀, *many clothes*
gbogbo ilé, *all the houses*
ogunlọ́gọ̀ enia, *a great number of people*
àgùtàn méjì, *two sheep*
ewúrẹ́ mẹ́ta, *three goats*

In a general statement a noun may be plural in sense.
Oníṣòwò kò ḿbá ara wọn jà. *Traders do not fight each other.*
Jẹ́ kí aládŭgbò sùn. *Let the neighbours sleep.*
Ẹṣin sì ní pátákò láti fi ta ọ̀tá wọn. *Horses have hoofs to kick their enemies.* (J. F. Odunjọ, *Alawiye Keji*, p. 22.)

By duplicating the adjective which qualifies the noun:
Àga dúdú-dúdú, *black chairs* (*a series of black chairs*)
Ilé gíga-gíga, *tall houses*
Àwo kékeré-kékeré, *small plates*
Nwọn lọ si agboo-'lé, agboo-'lé. *They went into many compounds.*
Èrò burúkú burúkú wà lọ̀kàn wọn. *They have evil thoughts in their hearts.*

Some adjectives like **kékeré**, *small* and **wẹ́wẹ́**, *small* have some counterparts which show 'series' of certain things, and they are always used in the plural sense.

kékeré, *small*	kèkèké, *small ones.*
wẹ́wẹ́, *small pieces*	wẹ́wẹ̀wẹ́, *many small pieces.*

Male and female

In the Yoruba language there is no grammatical gender. Gender is expressed lexically by means of different words or by prefixes which show the two sexes.

Nouns classified by their meanings

bàbá, *father*	ìyá, *mother*
ọkọ, *husband*	ìyàwó, *wife*
ọkunrin, *man*	obìrin, *woman*
àpọ́n, *bachelor*	omidan, *spinster*
àgbò, *ram*	àgùtàn, *sheep*
oṣó, *wizard*	àjẹ́, *witch*
Dáódù, *first male child*	Bẹ́ẹ̀rẹ̀, *first female child*
àkùkọ, *cock*	àgbébọ̀, *hen*
Ọba, *king*	Ayaba, *queen*

The use of prefixes which show sexes

(1) for animals and plants:
akọ, *male* abo, *female*

ajá, *dog*	akọ ajá	abo ajá
ẹiyẹ, *bird*	akọ ẹiyẹ	abo ẹiyẹ
ẹja, fish	akọ ẹja	abo ẹja
ìbẹ́pẹ, *pawpaw*	akọ ìbẹ́pẹ	abo ìbẹ́pẹ

(2) for human beings:
ọkùnrin ('kùnrin), *male;* obìrin ('bìrin), *female*

àlejò, *visitor*	alejò ọkùnrin	àléjò obìrin
àbúrò, *junior*	àbúrò ọkùnrin	àbúrò obìrin
ẹgbọ́n, *senior*	ẹ̀gbọ́n ọkùnrin	ẹ̀gbọ́n obìrin
olùkọ̀, *teacher*	olùkọ̀ ọkùnrin	olúkọ̀ obìrin
ọmọ, *child*	ọmọkùnrin	ọmọbìrin
ọ̀rẹ́, *friend*	ọ̀rẹ́ ọkùnrin	ọ̀rẹ́ obìrin

Chapter 7

Verbs

Verbs in the Yoruba language begin with consonants.[1] They are in fact the most complicated and the most difficult of all the parts of speech.

Verb structure

Simple verbs, or verbs of one syllable

dé, *to arrive*
lọ̀, *to go*
wá, *to come*

This group of verbs includes verbs which express existence both absolutely and in various relations, e.g. **dì, gbé, jẹ́, li (ni), ḿbẹ, mi, rí, ṣe, wà, ya.**
Ọlọrun **ḿbẹ**.[2] *There is God.* (*God exists.*)
Ó ya olè. *He is a thief.* (*He turns a thief.*)
Aṣọ náà jẹ tèmi. *The cloth is mine.*
Ó **ṣe** ọmọlúwàbí. *He is a gentleman.*
Ó **di** ọlọ́là. *He became a wealthy man.*
Jẹ ki ng **gbé**. *Let me be.* (*Let me be at peace.*)
Bàbá **wà** ní ilé. *Father was at home.*
Ó **rí** bẹ́ẹ̀. *It was so.* (*It appeared so.*)

[1] I. O. Delanọ, *Atumọ Ede Yoruba*, p. xix.
Awọn ọrọ ti o jẹ ọrọ iṣe (v.) ni konsonanti bẹrẹ, nitorina ọrọ ti fawẹli bẹrẹ ki iṣe ọrọ iṣe.

[2] **ḿbẹ** is always used in this form.

Owó kò **sí**.[3] *Money does not exist. (There is no money.)*
Òun **ni**.[4] *He is (he, it) is.*
Òjó kọ́. *It is not Ojo.*
Òun l'ó dé. *He it is who arrived.*
Bàbá **ńkọ́**? Nwon **mbẹ** ní àláfíà. *How is father? He is in good health.*
Owó **ńmi** nílé. Owo **wà** nílé. *There is money at home.*

Some more simple verbs:
dún, *to sound*
gbó, *to bark*
nà, *to flog*
fẹ́, *to love, like*
kà, *to count*
gbìn, *to plant*
ná, *to spend*
tàn, *to light*

Verbs which are translated into English as 'verb "to be" + adjective'

Aṣọ náà **dúdú**. *The cloth is black.*
Ìwé náà **funfun**. *The book is white.*
Bàtà náà **pupa**. *The shoe is red.*
Omi náà **tutù**. *The water is cold.*

Compound verbs or derivatives

These are verbs which can be broken up into component parts.

(1) A combination of verb plus verb. The first verb has an object while the second verb has none, i.e.
Verb + object + verb
Olú **gbé** aṣọ **tà**. *Olu* ***carried*** *cloth* ***sold.*** (*Olu sold off the cloth*)
Other examples: **gbàlà**; **pàdé**, **dánwò**, **padà lélọ**
Jésù **gbà** enia **là**. *Jesus redeemed man.*
Bàbá **pa** aṣọ rẹ̀ dà. *Father changed his dress.*
Èṣù dán ọkùnrin náà **wò**. *The devil tempted the man.*
Mo **pa** iwe mi **dé**. *I closed my book.*
Ọdẹ **lé** ejò náà **lọ**. *The hunter drove away the snake.*

[3]**sí** as a verb of existence is always used with the negative formant **kò** as the negative for either **wà** or **ḿbẹ**.
[4]For the various uses of the verb **ni**, see under the uses of the verbs **Ni** and **Jẹ́**.

(2) A combination of verb + preposition + noun. In this case the preposition is **ní (l')** written together with the noun which has its own object, e.g. **dálóhùn—dá ní ohùn**

Verb + preposition + noun

The object of the main sentence stands immediately after the verb, e.g. **Bàbá dá Òjó lóhùn**. *Father replied to Ojo.*

Other examples: **ránlọ́wọ́ ránlétí, dálójú, dálẹ́bi, talọ́rẹ, dílọ́wọ́, rúlójuì bọ̀lọ́wọ́**
Olùkọ́ **ràn** mí lọ́wọ́. *The teacher helped me.*
Mo **rán** bàbá létí látí lọ. *I reminded father to go.*
Ọ̀rọ̀ náà **dá** mi **lójú**. *I am sure of the matter.*
Adájọ́ **dá** wọn **lẹbi**. *The magistrate found them guilty.*
Iyá **ta** mí **lọ́rẹ**. *Mother gave me a present.*
Akékọ̀ yìí **dí** mi **lọ́wọ́**. *This student disturbed me.*
Ọ̀rọ̀ yìí **rú** wọn **lójú**. *This matter puzzles them.*
Moji **bọ̀** mí **lọ́wọ́**. *Moji gave me a handshake.*

(3) A combination of verb + noun which is not separated when used.

(a) Verb + noun. In the first group, the noun part is not clear. In some cases when the noun part is clear, it cannot be given the literal meaning, otherwise the compound verb will be completely altered in meaning.
bèèrè, *to ask*
borí, *to overcome*
dágbére, *to say goodbye*
fẹ́ràn, *to like*
gbádùn, *to enjoy*
gbàgbé, *to forget*
kárí, *to go round*
pàdé, *to meet*
pẹ̀lú, *to be with*
rántí, *to remember*
saata, *to despise*
ṣẹ́gun, *to conquer*
tọ́jú, *to look after*
Mo **pàdé** ìyá. *I met mother.*
Olùkọ́ **fẹ́ràn** mi. *The teacher loves me.*
Mo **dágbere** fún olùkọ̀. *I said goodbye to the teacher.*
Mo **ṣẹgun** ọ̀tá. *I conquered the enemy.*

(b) Verb + noun combination used as a single verb but which can be separated into the component parts easily.
polówó = pè olówó, *to hawk.*
sanwó = san owó, *to pay*

Other examples: **gbèjà, jìyà, pawó, rọ́jú, gbìyànjú, wádìí, dárúkọ pìtàn.**
Obìrin náà polówó aṣọ. *The woman hawks the cloth.*

Separated: ***Olówó*** **aṣọ** ***ni*** **obìrin náà** ***pa.***
Ó sanwó. *He paid.*
Owó l' ó **san.** *It is money he paid.*
Mo gbèjà ọmọ náà. *I sided with the boy.*
O jíyà púpọ̀. *He suffered much.*
Bàbá rọ́jú gidigidi. *Father endured much.*
Akẹ́kọ̀ náà gbìyànjú. *The student tried hard.*
Ọlọpă wádìí ọ̀rọ̀ náà. *The police investigated the matter.*
Mo dárúkọ awọn ọmọ náà. *I named the boys.*
Òpìtàn pìtàn ìlú náà. *The historian related the history of the town.*

Note: In (3) (a) and (b), if any verb is to be followed by the singular number of the third person pronoun, **rẹ̀** is used.

(i) Mo pàdé **rẹ̀**. *I met him.*
Olùkọ́ túmọ̀ **rè**. *The teacher translated it.*
Ìyá gbádùn **rẹ̀**. *Mother enjoyed it.*

(ii) Ó gbèjà rẹ̀. *He sided with him.*
Ó gbìyànjú **rẹ̀.** *He tried it.*
Ó polówó **rẹ̀.** *She hawked it.*

When any of the verbs in (3) (a) and (b) is followed by an object, the last vowel of the verb is extended with a mid-tone.

(i)	Mo pàdé rẹ̀.	to be pronounced	Mo pàdée rẹ̀.
	Olùkọ́ túmọ̀ rẹ̀.	to be pronounced	Olukọ túmọ̀ọ rẹ̀.
	Iyá gbádùn ońjẹ.	to be pronounced	Iyá gbádùn-un ońjẹ.
(ii)	Ó gbèjà rẹ̀.	to be pronounced	Ó gbèjàa rẹ̀.
	Ó gbìyànjú rẹ̀.	to be pronounced	Ó gbìyánjúu rẹ̀.
	Ó polówó rẹ̀.	to be pronounced	Ó pólówóo rẹ̀.
	Ó rántí rẹ̀.	to be pronounced	Ó rántíi rẹ̀.
	Ó ròhìn rẹ̀.	to be pronounced	Ó ròhìn-in rẹ̀.
	Ó pàṣẹ rẹ̀.	to be pronounced	Ó pàṣẹẹ rẹ̀.

(iii) A combination of verb + noun + preposition
forítì = fi + orí + tì, *to endure*
kọjúsí = kọ + ojú + sí, *to pay attention to*
yájúsí = yá + ojú + sí, *to insult*

(iv) Verb plus preposition
tẹ̀lé = tẹ̀ + lé, *to follow*
bend + towards
Ọ̀jó tẹ̀lé bàbá. *Ojo followed father.*
talù, *to stumble against*
Ọmọ náà talù kẹ̀kẹ́. *The boy stumbled against the bicycle.*

Note: When the constructions (3) (iii) and (iv) are followed by the 3rd person pronoun, singular number, the vowel of the preposition may be extended instead of using **òun**.
Olú tèlé òun. } *Olu followed him.*
Olú tèlé e. }
Ó kọjúsí iṣẹ́. *He paid attention to work.*
Ó kọjúsí i. *He paid attention to it.*

The verb 'fi'

Fi can be used in different ways: as a simple verb, as a part of a compound verb, and for emphasis.

As a simple verb, ***fi*** *may mean 'to give' or 'to leave'):*

Ó fi ìwé fún Ọ̀jó. *He gave the book to Ojo.*
Ìyá fi ounjẹ fún awọn ọmọ rẹ. *Mother gave food to her children.*
or *to leave, abandon, put*:
Ó fi mí sílẹ̀ nínú íyàrá. *He left me in the room.*
Bàbá fi wá sílẹ̀ nínú aṣálẹ̀. *Father left us in the desert* (i.e. *abandoned*).
Bàbá fi owó sínú àpò. *Father put money in the* (*his*) *pocket.*
Akẹ́kọ̀ fi ìwé nád sórí àpótí. *The student put the book on the box.*
A ti fi ọ̀rọ̀ náà sílẹ̀. *We have given up the matter.*
A fi ọ̀rọ̀ náà sílẹ̀ fún ìgbà díẹ̀. *We suspended the matter.*

Fi *for emphasis*

In the following sentences, **fi** can be removed and the meaning of the sentences will still remain the same. Its presence emphasizes the reason for the action.

Idí rẹ̀ tí o fi lọ? *What is the reason for your going?*
Kíni ṣe ti ó fi jẹ́ bẹ́ẹ̀? *Why is it so?*
Díẹ̀díẹ̀ ni ọjà fi ńkún. *Gradually the market fills up with people.*
Nwọn sùn títí ilẹ̀ fi mọ́. *They slept till daybreak.*

Fi as a part of a compound verb

(a) as a verb of instrument.
Mo fi ṣíbí jẹn. *I ate with a spoon.*
O fi ojú ríran. *He saw with his eyes.*
Nwọn fi igi ṣe aga náà. *The chair was made of wood. (They used wood to make the chair.)*
O fi epo pa ara rẹ̀. *He rubbed his body with oil.*
Kíni a fi jù awọn ti o kù lọ? *In what way are we better than the others?*
Kíni a fi ṣe Òjó? *How did we offend Ojo?*
Ó fi orí lù ògiri. *He knocked the wall with his head. (He knocked his head against the wall.)*

(b) **Fi** in idiomatic expressions
Nwọ́n fi orí lé ilé. *They left for home.*
Mo fi ojú sí ẹ̀kọ́ mi. *I paid attention to my lessons.*
Iṣẹ́ náà fi ori tì fun ìgbà díẹ̀. *The work is suspended for some time.*
A ti fi orí ọ̀rọ̀ náà tì. *We have settled the matter.*
Mo fi ọ̀rọ̀ náà lọ̀ bàbá mi. *I asked for my father's opinion on the matter.*
Ó fi ilé pọn ọtí. *He filled the house with a large quantity of drinks.*
A fi ọ̀rọ̀ náà tì sí pé kí a lọ. *We at last decided to go.*
Ó fi etí léko. *He kept his ears open for news.*
Ó fi lé ogún, emi náà fi lé ọgbọ̀n. *We could not arrive at an agreement.*
Gẹ̀sì mi kò fi bẹ́ẹ̀ dára. *My English is not all that good.*

Note:

(i) when **fi** is used as in 3 (a) and the object which follows **fi** is removed, a pronoun is not usually substituted in the place of the removed object.

Ó fi **aṣọ** gbe e.
He used a cloth to carry it. } He carried it with a cloth.

When **aṣọ** is removed the sentence becomes

Ó fi gbé e.
He used ( ) to carry it. } He carried it with (it).

(ii) But when **aṣọ** is removed in a sentence like **ó fi aṣọ síbẹ̀** (i.e. when there is no second object), **aṣọ** is replaced by the extended vowel **i** of the verb **fi**.
Ó fi **aṣọ** sílẹ̀. *He put the cloth down.*
Ó fi **i** sílẹ̀. *He put it down.*

The verbs 'Ni' and 'Jẹ́'

The verbs **ni** and **jẹ́** have the same meaning. But while **jẹ́** is used in definitions, **ni** is used to emphasize words and this is its special status.

(1) Olú jẹ́ akẹ́kọ̀ọ́. *Olu is a student.*
Akẹ́kọ̀ ni Olú. *Olu is a student.* (*A student is Olu.*)
Iyàlẹ́nu ni fún mi. *It is a surprise for me.*
Ó jé ìyàlẹ́nu fún mi. *It is a surprise for me.*
Ilẹ́ ni. *It is a house* (*and nothing else*).

(2) **ni** can emphasize not only words but also phrases and even sentences.

Unemphatic: Òjó ńkọ lẹ́tà nísisìyìí. *Ojo is writing a letter now.*

Emphatic:
Òjó ni ó ńkọ lẹ́tà nísisiyìí. *Ojo is the one writing a letter now.*
Lẹ́tà ni Òjó ńkọ nísisìyìí. *It is a letter that Ojo is writing now.*
Nísisìyìí ni Òjó ńkọ lẹ́tà. *It is now that Ojo is writing a letter.*
Ìyá ni wúrà; bàbá ni jígí. *Mother is gold; father is glass.* (In a polygamous household the child values his mother more than his father.)
Òun ni ó jẹun. *It is he who ate.*

Note:
(a) **Ng, mo, o, o, ẹ** and **nwọn** are never used with **ni.**
(b) **Ni** is never used to emphasize any of the formants for tenses or aspects.

Phrases

Rírìn síwájú ni o jẹ́ kí ng rí i. *It was by walking forward that I saw it.*
Nípa iṣẹ́ ṣíṣe ni a fi lè di àtàtà enia. *It is by hard work that one can become an important person.*

Clauses

Igbà tí mo dé ilé **ni** mo rí i. *It was when I got home that I saw it.*
Bí ó bá rí bẹ́ẹ̀ **ni,** emi yio sọ. *If it really is so, I shall report it.*

Nígbàtí mo dé ilé-ìwé **ni** mo kí olùkọ̀. *It was when I got to the school that I greeted the teacher.*
Kì í-ṣe ojojúmọ́ **ni** mo ńlọ síbẹ̀. *It is not every day that I go there.*

Ni used with particles for asking questions

Nígbàwo ni Òjó dé? *When did Ojo arrive?*
Làti ibo ni ó ti wá? *From where has he come?*
Níbo ni ó gbé ìwé rẹ̀ sí? *Where did he put his book?*
Mélòó ni? *How many?* Irú èwo ni? *What kind?* and **Tani?** *Who?*

Ni is already included in *Kini? What?*
Taní wà níbẹ̀? *Who is there?*
Kíní[5] wà lọ́wọ́ rẹ? *What is in your hand?*
Tanì[5] yẹn? *Who is that?*

Ni and **jẹ́** are interchangeable in the following expressions:

1	Èyí ni pé	This means	2	Mọ́skò ni olú-ìlú Rọ́ṣíà
	Èyí jẹ́ pé	This means		Mọ́skò jẹ olú-ìlú Rọ́ṣíà

Ni and **jẹ́** sometimes appear together in the same sentence. In each case, **ni** emphasises and **jẹ́** defines.
Iyàwó mi ni Àbíkẹ́ jẹ́. *Abike is my wife.* (*A wife to me, that is Abike's status.*)
Ìwé mi ni èyí jẹ́. *This is my book.*
Ẹ̀wù mi ni aṣọ yìí jẹ́. *This cloth is my coat.*
Ìyàlẹ́nu ni èyí jẹ́ fún mi. *This is a surprise for me.*

Jẹ́

In definitions
Nàìjíríà jẹ́ ọkan nínú àwọn ilẹ̀ apá ìwọ̀ òòrùn Afrika. *Nigeria is one of the countries in West Africa.*
Èyí jẹ ohun ti a kò gbọ́dọ̀ má ṣe. *This is what we must not leave undone.*
Òní jẹ́ ọjọ́ Àlàmísì. *Today is Thursday.*
Ohun tí ó ṣe jẹ́ ìrànlọ́wọ́ fun mi. *What he did was a help to me.*
Ó jẹ́ àgbàyanu. *It is a surprise.*
Ó jẹ́ òtítọ́ gbâ. *It is literal truth.* (R. C. Abraham, *Dictionary of modern Yoruba*).

[5]The verb **ni** is already contained in **Kíni?** and **Tani?** **Ki** and **Ta** in **Kini?** and **Tani?** respectively, have no substantive meaning of their own. Hence they are written together with **ni** to give the meaning *What is?* for **Kini?** and *Who is?* for **Tani?** In speech, also, **Ki** and **Ni** as well as **Ta** and **Ni** are pronounced as a single word in each case.

Note: Let us examine the status of **ni** and **jẹ́** in the following groups of sentences:

GROUP 1		GROUP 2
Akẹ́kọ̌ ni Olú jẹ	=	Akẹ́kọ̌ ni Olu
Olú ni ó jẹ́ akẹ́kọ̌	=	Olu ni akẹ́kọ̌

It will be realized that the removal of **jẹ́** from the sentences in Group 2 does not alter their meaning, and the occurrence of **ni** in all four sentences shows that **ni** has a special status while **jẹ́** has an optional one.

For calculations
Eéjì àti éějì jẹ́ ẹ̀ẹ́rin. *Two plus two is four.*
Eéjì kúrò nínú aárǔn jẹ́ ẹ̀ẹ́ta. *Two from five is three.*
Aárǔn ní ìlọ́po méjì jẹ́ ẹ́wàá. *Five times two is ten.*
Ki a fi ẹ̀ẹ́ta pínẹ ẹ́dǒgún jẹ́ árǔn. *Fifteen divided by three is five.*

Jẹ́ in subjunctive mood
Bí ó bá jẹ́ bẹ́ẹ̀ ni. *If it were so.*
Bí ó bá jẹ́ pé èmi kò lọ. *If I had not gone.*
Ìbá jẹ́ rí bẹ́ẹ̀! *Were it to be so!*
Òjó ìbá jẹ́ lè wá. *Had Ojo been able to come.*
Bí ó tilẹ̀ jẹ́ pé èmi kò lè lọ. *Even though I could not go.*
Bí ó ti jẹ́ pé èmi kò lè lọ. *In view of the fact that I could not go.*
Láìjẹ́ pé o di omi. *Without its turning into water.*
Ó fẹ́rẹ̀ jẹ́ pe oun nìkan ni. *It appears as if he is the only one.*
Ìbá jẹ́ pé. *Had it been that.*

Jẹ́ in other expressions
Aláìfò tìrẹ ti jẹ́? *Why didn't you jump?* (R. C. Abraham, *Dictionary of modern Yoruba*)
Àjàyí ni orúkọ mi ńjẹ́. *My name is Ajayi.*
Kíní ńjẹ́ bẹ́ẹ̀? *How dare you make such a suggestion?* (Abraham)

Jẹ́ is sometimes used in the sense of

(1) Sarcasm
Òjó jẹ́ lọ síbẹ̀? *Dare Ojo go there?*
Ojo kò jẹ́ lọ sibẹ̀. *Ojo would not dare to go there.*

(2) to mean *better*
O jẹ́ lọ jẹun. *You had better go and eat.*
Kò jẹ́ bẹ́ẹ̀ rárá. *You cannot imagine how good it is.* (*Abraham*)
À jẹ́ pé ó ti wá. *He must have come.*
Ṣé tìrẹ ni ìwẹ́ náà jẹ́? *Is the book yours?*

Negative forms of **ni** and **jẹ́**. These are **kọ́** and **kì ìṣe**

POSITIVE	NEGATIVE
(a) Òjó ni. *It is Ojo.*	Òjó kọ́ *or* Kì íṣe Òjó. *It is not Ojo.*
(b) Ọlọgbọ́n enia ni. *He is a wise person.*	Ọlọgbọ́n enia kó *or* Kì íṣe ọlọgbọ́n enia. *He is not a wise person.*
(c) Èmi ni ó lọ. *It was I who went.*	Èmi kọ́ ni ó lọ *or* Kì íṣe èmi ni ó lọ́. *It was not I who went.*
(d) Òun ni olùkọ́ mi. *He is my teacher.*	Òun kọ́ l'olùkọ́ mi, *or* Kì íṣe òun ni olùkọ́ mi *or* Òun kì íṣe olùkọ́ mi. *He is not my teacher.*

Tense and aspect

Definition of the terms used

Tense: The moment to which the action expressed by the verb refers. Aspect: Aspect shows the different stages in the course of an action This action may be regarded as starting, momentary, continuous, or developing.

Formants[6]: These are words which help to show the tense or the aspect of a verb. In Yoruba these formants are: **ti** for completed action, **yíó (ó,á)** for future, **máa** for habitual and future (special), and **ń** prefixed to verbs for the continuous aspect.
The Yoruba verb has only one form. This form will be referred to as the *common aspect* since it does not change in any of the tenses except for the continuous aspect, when it takes the prefix **ń**.

While it is accepted that any idea expressed in any language can be expressed in Yoruba, it is a mistake, for instance, to equate a particular tense in Yoruba to a particular one in English: for example **Mo ti lọ** in Yoruba may mean any of the following in English: *I went; I have gone;* or *I had gone.*

[6]Orúkọ lásán kí a lè mọ ohun ti a nsọ ni nwọn jẹ; nwọn kò ní itumò ara wọn li àìsí ọ̀rọ̀-iṣe(v.) ti nwọn ba rin, nwọn ko si duro fun àsìkò kan pàtàkì. (I. Delanọ *Atumọ Ede Yoruba*, p. xxii).

Aspects in Yoruba may be divided into:

(1) Aspect of fixed beginning
(2) Aspect of fixed end
(3) Continuous aspect
(4) Common aspect

Tense can be divided into:

(1) The future tense in which **yíó** (short form **ó**) or **máa** (short form **a**) is used with the verb.

(2) Non-future. The formants in the non-future tense may denote an action which occurs in the present or in the past, depending upon the context. This is further known by the complete absence of any of the formants for the formation of a future tense, e.g. **yíó, á,** or **ó**.

(See tables of tense and aspect on pp. 51 and 52)

The various combinations of the different formants used are: **yíó (ó, á); máa; ń; máa n; yíó máaṣ tìì ti ń; a ti máa; yíó ti máa; ti máa ń; yíó**[7] **ti; a máa; a ti máa.** These formants have no independent meaning of their own and they cannot be used without the verb. There is an interrelationship between tense and aspect and the two cannot be easily separated. It will be seen therefore that some tenses do not specifically refer to time, but merely to some aspect of the action or state, e.g. whether the action is completed or going on, or whether it takes place before or after another action.

A verb used with two of the formants shows the following:
Mo **ńlọ**. *I am going.* (continuous)
Mo **ti lọ**. *I have gone.* (completed action)

In each of the above sentences, the verb with its formant does not show anything more than the stage in the process of the action expressed by the verb. In fact each of the sentences may have various meanings depending on the context.
Mo **ńlọ** nísisìyí. *I am going now.*
Nígbàtí mo **ńlọ**. *When I was going.*
Mo **ńlọ** nígbàgbogbo. *I go every time.* (habitual)
Mo **ńlọ** lọ́la. *I shall go tomorrow.* (future)

[7]pronounced yó

The continuous aspect, usually referred to as the progressive or present continuous tense, is actually not a tense but an *aspect* showing a stage in an action; that is, the action is simultaneous with the time of speaking. Hence in Yoruba we have time formants and aspect formants.

Yíó, (future)	Ti, (completed action)
Máa, (future) (special)	ń/ḿ, (continuous action)
	ń, (habitual action)
	a máa, (habitual action)

FORMANTS USED WITH VERBS: POSITIVE

ASPECT	TENSE	
	NON-FUTURE (USE FOR BOTH PRESENT AND THE PAST) i.e. 'PRESENT-PAST'	FUTURE
COMMON		yíó (ó) máa (á)
CONTINUOUS	(*a*) ń (ḿ) (*b*) ń (ḿ) } habitual máa ń } habitual a máa } habitual	yíó máa á máa ó máa
FIXED BEGINNING	ti ń	yíó ti máa á ti máa ó ti máa
FIXED END	ti ti máa ń a ti máa	yíó ti á ti ó ti

Note:

(1) The classification into tenses is after Victoria Yakovleva in the Russian edition of her book *Yoruba Language* (1963), pp. 73 and 74.

(2) The classification of aspect follows that of Ṣẹgun Odunuga (unpublished work), University of Friendship, Moscow (1965).

The difference is that the **a máa**, *used to*, for habitual aspect is placed under the future section by Ṣẹgun Odunuga in his own table.

(3) **tí ń** has two possibilities, namely
 (a) *Fixed beginning*
 (b) *Fixed end* when it is followed by an adverb.
 O ti ńlọ tẹ́lẹ̀. *He had been going before.*

FORMANTS USED WITH VERBS: NEGATIVE

ASPECT	TENSE	
	NON-FUTURE (USED FOR BOTH PRESENT AND PAST) i.e. PRESENT-PAST	FUTURE
COMMON	kò ò	kì yio kì ó kò ní í-
CONTINUOUS (STRICTLY HABITUAL)	(1) — (2) kò ń/ḿ[8] kò máa ń/ḿ kìí kìí máa	kó ní í-máa kì yíó máa
FIXED BEGINNING	—	kì yíó ti máa
FIXED END	kòì kòì tíì kò tíì kò ti ń/ḿ kò ti máa ń/ḿ	kòì kòì ní í- kòì tíì ní í- kò ní í-tíì kò tíì ní í-

[8] O ò ńlọ = *You are not in the habit of going*
A à ńlọ = *We are not in the habit of going*
Ẹ ẹ̀ ńlọ = *You are not in the habit of going* } plural
Nwọn ò ńlọ = *They are not in the habit of going* } plural

The present-past tense, continuous aspect

Formation: by prefixing an **n**[9] to the verb,
lọ, *to go*; . . . ńlọ   ṣíṣẹ́, *to work*; . . . ńṣiṣẹ́
sùn, *to sleep*; . . . ńsùn

Uses:

(1) To represent an action going on at the moment of speaking.
Jídé ńgùn kẹ̀kẹ́. *Jide is/was riding a bicycle.*
Ọ̀jọ̀ ńrọ̀. *It is/was raining.*
Iyá ńse ọbẹ̀. *Mother is/was cooking soup.*

(2) When this aspect is used, there is usually no indication of time in the sentence as it is clear from the prefix attached to the verb itself that the action refers to the moment of speaking. Sometimes such adverbs or adverbial expressions as **nísisìyí**, *now*, or **nígbànáà**, *at the time*, are used.
À ńjẹun **nísisìyí**. *We are eating **now**.*
Bàbá ńṣiṣẹ́ **lọ́wọ́**. *Father is working **now**.*
Olú ńmu omi **nígbànáà.** *Olu was drinking water **at the time**.*

(3) Sometimes the continuous aspect expresses an action characteristic of the subject given at the period. This is shown in the context.
Mo ńkọ́ èdè Rọ́ṣíà. *I am studying the Russian language.*
Nwọn ńṣe ọdún obìrin ní Mọ́skò. *They celebrate women's day in Moscow.*
Gbogbo enia ńfẹ́ òmìnira. *All men want freedom.*

(4) The present-past continuous aspect is sometimes used for an action in the future especially with the verbs bọ̀, *to come*; lọ, *to go*.
Olùkọ́ ḿbọ̀ lọ́la. *The teacher is coming tomorrow.*
Mo ńlọ sí Èkó. *I am going to Lagos.* (*I shall be going to Lagos.*)

Sometimes with another verb in the common aspect, the continuous aspect expresses an action in the future.
Mo nlọ ṣiṣẹ́. *I am going to work.*
Moní ńlọ mu omi. *Moni is going to drink water.*

[9](1) Verbs beginning with **b**, e.g. **bò**, *to cover*, are prefixed with the letter **m**, thus, **ḿbò, ḿbọ̀**, etc.
(2) The sound produced for the **n**, **m** is (**á**) in words beginning with **g**, e.g. **ge**, *to cut*, written **ágé** but pronounced **áge**.
(3) Often verbs are repeated to show continuity:
Nwọn ṣiṣẹ́, ẹ́ó rẹ̀ wọn. *They continued to work until they were tired.*
Nwọn gé e, gé e, gé e. *They cut it for a long time.*

(5) The continuous aspect may be used to express an action permanently characterizing the subject, i.e. describing a habitual or recurrent action.
Bàbá ńkàwé níbí. *Father reads here usually.*
Ẹiyẹ ńfò. *Birds fly.*
Ẹja ngbe inú omi. *Fishes live in water.*
Odò ńṣàn. *Rivers flow.*

Negative: Adię kò ńlúwẹ̀. *Hens do not swim.*
Adię kì í[10]-lúwẹ̀. *Hens do not swim.*

(6) This aspect is used in expressing feelings like anger or pain.
Inú ḿbí mi. *I am annoyed.*
Orí nfọ́ mi. *I have a headache.*
Ojú ńdùn bàbá. *Father has eye trouble.*
Inú ńrun olùkọ́. *The teacher has stomach-ache.*
Òyì ńkọ́ ọba pàápàá lójú fún ebi. *The king became giddy because of hunger.* (J. F. Ọdunjọ, Book 2, page 20)
Mo dì bàbá tan inú ḿbí wọn. *I became a father and they became envious.* (J. O. Ajibọla, *Owe Yoruba*, p.30)

(7) The present-past continuous aspect may denote a concrete action in progress at a given past moment with the help of an adverb or adverbial phrase or clause.
Nígbàtí ilẹ̀ ńṣú, awọn àgbẹ̀ padà sí abà wọn. *When it was getting dark, the farmers returned to their village.*
Nwọn nṣeré nígbàtí bàbá wọn dé. *They were playing when their father came.*
Mo njẹun nígbàtí agogo meje lù. *I was eating when the clock struck seven.*

The action which fixes the given moment may be the principal or the subordinate clause.
Ìyá mi dé bí mo ti ńjẹun. *My mother came as I was eating.*
Bi ó ti ńṣeré, o ńwò ìyá rẹ̀. *As he was playing, he was looking at his mother.*

(In this case the two actions are parallel, so the continuous aspect is used in both the principal and subordinate clauses.)
Bí ó ti ńjá bọ̀ tagbáratagbára. *As he was rushing down violently.* (D. O. Fagunwa, *Ireke Onibudo*, p. 75).

[10]The í prefixed to verbs denotes *habitually* or *normally*.
Emi kì í-lọ síbẹ̀. *I don't go there* (*normally, usually*).
Ó mọ aṣọ í-fọ̀. *He knows how to wash clothes* (*normally, usually*).

(8) The present-past tense continuous aspect may be used in expressing an action characteristic of the subject at a given period of time in the past.
Ilé mi ni nwọn ńgbé nígbànáà. *They were living in my house at the time.*
Emi kò rí àyè nínú oṣù Jánúárì, mo ńṣe iṣẹ́ pàtàkì kan.
I had no time in the month of January, I was doing an important task.
Àlèjò yǐ ḿbá wọn gbé lọ títí. *This visitor continued to live with them.* (O. Yemitan, *Ijala Are Ọdẹ*, p. 21)

(9) This aspect is used to denote actions filling up a whole period of time, but only when the action is considered in its progress:
Kini o ńṣe ní gbogbo àná? *What were you doing the whole of yesterday?*
Mo ńṣiṣẹ́ ni. *I was working.*
Tibi tire ńrìn papọ̀. *Good and evil walk together.*
Nwọn jijọ ńsọ̀rọ̀ nigbati awa ńṣiṣẹ́ lánǎ. *They were talking together when we were working yesterday.*

(10) The present-past tense continuous aspect is used to express an action in the immediate future when that future moment is viewed from the past.
Ó kọ̀wé si mi níjẹta pé òun ńlọ sí Èkǒ. *He wrote to me the day before yesterday that he would be going to Lagos.*
Mo mọ̀ lana pe o ḿbọ̀ l'owurọ yìí. *I knew yesterday that he was coming this morning.*

Negative form of the continuous aspect (*see table on p.* 52)

The word **kò** is used in the formation of the negative. This is used *when the answer is in the negative for a habitual action.*
Èmi kò ńṣiṣẹ́ ni ọjọ́ Sátidé. *I do not work on Saturdays.*
Èmi kò ńwè lójojúmó. *I do not have my bath every day.*

Although in the negative, each of the above sentences gives the idea of a regular or habitual action.

But when the questioner wants an answer about what is actually happening now, the verb used is in the common aspect.
Ṣe o ńjẹun nísisìyí?
Bẹ́ẹ̀ kọ̀ọ́, èmi kò jẹun nísisìyí.
Ǹjẹ́ o ńṣiṣẹ́ nísisìyí?
Emi kò ṣiṣẹ́ nísisìyí.

The present-past tense continuous aspect

Formant: máa 'n'—Positive
kò máa 'ń'—Negative (See table, p.52)

This aspect is used to denote a habitual action.
Mo máa ńlo sí ibi iṣẹ́ lójojúmọ́. *I go to work every day.*
Ŏtọ́ nìkan ni bishop yĭ ma ńsọ. *This bishop always spoke the truth.* (D. O. Fagunwa, *Irinkerindo,* p. vi)
Ẹja ni nwọn ma ńjẹ nínú ọbẹ̀ wọn. *They usually eat fish in their soup.* J. F. Ọdunjọ, *Alawiye Keji*, p. 19.)

Note:

(1) The tone on the prefix **ń** is always a high tone, thus **ńfò**; **ńlọ**; **ńmú**; **ńrà**; **ńràn**. In books the tone is generally not marked.

(2) Sometimes in speech one hears **n** attached to an adverb, e.g. **tètè**.
Mo tètè[11] ńlọ. *I am going in good time.*
Mo ńtètè lọ. *I am going in good time.* (*I am in a hurry.*)

The first sentence may mean that *I am going at the present moment* or that, as a general rule, *I go in time*. But the emphasis of the second sentence, according to usage, is on the fact that *I go in time* or *quickly*. This expression is virtually slang. Adverbs in this category are **yára**, *quickly,* **kọ́kọ́ (ko)**, *first, at first, firstly;* **tún**, *again* (see I. C. Ward, *Introduction to the Yoruba language.*)

A máa. This is used as an equivalent of **máa ń**
Èmi a máa lọ síbẹ̀. *I usually go there.*
Òjó a máa lọ (máa ńlọ) síbẹ̀ l'ọ́dún t'ó kọjá. *Ojo usually went there last year.*

The negative of **a máa** is **kò máa ń** (see table).

The present-past tense fixed-beginning aspect

Formation: **tiń** (L. Delanọ, *Atumo Ede Yoruba,* p. xxxii)

[11]**Tètè** and **yára** are verbs in the following sentences:
Mo tètè }
Mo yára } *I acted quickly*
So in the above example **tètè** may be classified as the second verb.

This is used to express an action which had already taken place before another action took place.
Ó ti ńjẹun kí a tó dé. *He had been eating before we came.*
Ó ti ńjá bọ̀ tagbáratagbára ki a to ri i. *He was rushing down violently when we saw him.*
Awọn àgbẹ̀ ti ńgé igi nínú igbó. *Farmers have been cutting wood in the forest.*

All the above sentences show a clearly fixed beginning, that is, we are quite clear that the action in the main clause has actually started.

A. The present-past tense fixed-end aspect

Formation: **ti máa ń**
Mo ti máa ńwá (Negative: Èmi kò ti máa ńwá) (See table, p.52)
(Delanọ: *Atumọ Èdè Yoruba*, Perfect habitual, p. xxxvii).
This aspect is used to describe a habitual action in the past but one which has ceased to exist.
Níbí yìí ni bàbá ti máa ńjókǒ. *It is here that father used to sit.*
Nínú odò yìí nì mo ti máa ńpa ẹja. *It is in this river that I used to fish.*
. . . gẹ́gẹ́bí ara awọn arúgbó ti ma ńṣe ní ìgbà míràn, . . . *as the skin of old people used to appear on some occasions.* (J. F. Ọdunjọ, *Alawiye Keji*, p. 27).
Nwọn ti máa ḿbù omi rí. *They had been taking water before.*

A ti máa. This is used in the same circumstances as **ti máa ń**
Emi a ti máa lọ síbẹ̀. *I used to go there.*
Bàbá a ti máa bá a sọ̀rọ̀ rí. *Father used to talk to him.*

B. The present-past tense fixed-end aspect or *the formant* **ti** *with the common aspect* (*i.e.* **ti** *with the verb*)
e.g. Mo ti wá (I. Delanọ, *Atumọ Èdè Yoruba*, Perfect tense, p. xxv)[12]

Negative: (1) Èmi kòì wá
(2) Èmi kò tíì wá } See table

Uses: This construction shows an action in its completion.
Mo ti ṣiṣẹ́. *I have worked, I had worked.*
Ọ̀jọ̀ ti rọ̀. *It has rained.*
Ilẹ̀ ti ṣú. *It is already dark.*
Ọmọ náà ti rí ìyá rẹ̀. *The child has seen his mother.*

[12]See also R. C. Abraham, *Dictionary of modern Yoruba*, p. xxx, Past tense, v. **ti**.

Kí ng tó kúrò ní ilé, ó ti jẹun. *Before I left home, he had eaten.*
Ó ti sùn nígbàtí mo dé ilé. *He had fallen asleep when I got home.*
Tẹ̀tẹ̀rẹ̀gún ti l'ómi tẹ́lẹ̀ kí òjò tó dé. *Tẹtẹrẹgun had its own juice before the rain fell.* (Ajibọla, *Owe Yoruba*, p. 31.)
Ó ti kọ lẹ́tà kan sí ọ̀rẹ́ rẹ̀ lánǎ. *He wrote a letter to his friend yesterday.*
Ó ti mọ èdè Gẹ̀sì dáradára. *He has learnt the English language very well.*

The present-past tense common aspect

(1) The present-past tense common aspect expresses an action completed at the time of speaking, the result of which is sometimes still in the present.
e.g. Mo jẹun,[13] *I have eaten.* (*The action of eating has been completed.*)
Mo kàwé. *I have read.*

Sometimes the time of the action is mentioned and the time of the common aspect is known.
Ìyá lọ sí Èkó lánàá. *Mother went to Lagos yesterday.*

Negative: **kò**—See table
Emi kò lọ, *I did not go* (the pronoun **mo** is never used with the negative particle **kò**).

(2) To express an action simply occurring without particularizing it, e.g. a statement of a general character or universal truth:
Òtútù mú ni ìgbà òtútù. *It is cold in winter.*
Yìnyín yọ́ ninu òòrùn. *Ice melts in the sun.*
Oorú mú. *It is hot.* (*There is great heat.*)
Ilẹ̀ ṣú. *It is dark.* (*It is night.*)

Proverbs:
Àbíkú sọ olóògùn di èké. *An* ***abiku*** *makes the doctor a liar.*
Adánilóró fi agbára kọ́ ni. *A tormentor makes his victim hardy.*
Òní ni a rí, a kò rí ọ̀la. *We see today's event, but not tomorrow's.*

(3) This tense is used in stage directions to actors:
Ó gbé omi wọlé. *He brings in water.*
Nwọn rọ́ wọlé. *They rush into the house.*
Ilúsìnmí mú wọn jáde. *Ilusinmi takes them out.*
(J. F. Ọdunjọ, *Agbàlọ́wọ́mérì Bálẹ̀ Jòǹtolo*)

[13]Action verbs **lọ**, **sáré**, **jó**, are *past tense* in the present-past tense common aspect. Verbs of state like **dára**, to be good; **rò**, *to think*; **wà**, *to go out*; **mọ̀**, *to know*; **ni**, *to have*; and **fẹ́**, *to love* are neutral verbs which may be either present or past tense, depending on the context.

(4) To express concrete actions taking place at the moment of speaking as well as actions of a more general character. These two functions depend on the context:

Bí ó tilẹ̀ ṣe pé ó ti dàgbà, ó gbọ́ràn dáradára. *Even though he is old, he can hear well.* (An action permanently characterizing the subject.)
Ṣé o rí ohun tí ó wà lára pátákó? *Do you see what is on the blackboard?*
Ó gbọ́ èdè Gẹ̀sì. *He understands the English language.*

(5) The present-past common aspect is used with reference to actions in the past to express vividness in narration (historic or dramatic present). In using this aspect instead of the formant **ti**, the speaker represents what happened in the past as if it were present before his eyes, or as if it has just happened or been completed.
Ó súré p' ọlọ́pă oríìlẹ̀ ati t'ojú omi. *He quickly called the land police and the water police.* (J. E. S. Oguji, *Iwe Airofọ Alawidọla*).
Ní ọdún kan ìyàn mú púpọ̀ ní ìlú Ìjàpá. *During a certain year, there was a great famine in Ijapa town.* (J. F. Ọdunjọ̀, *Alawiye Keta*).

A. Future tense common aspect

Formation: Èmi yíó lọ
Èmi á lọ
Èmi ó lọ

I. O. Delanọ, *Atúmọ̀ Èdè Yoruba*, p. xxvi, has the following:
Ng ó wá lọ́la—*Future* 1
Ọba á wá—*Future* 2 (p. xxvii)
À á wá lọ́la. *We shall come tomorrow.*
Ẹ̀ ẹ́ wá lọ́la. *You will come tomorrow.*
À á wá lọ́la. *He will come tomorrow.*
Mà á wá lọ́la, Èmi á wá lọ́la (*I shall come tomorrow*) (*Abraham*)
M' a wá lọ́la, Èmi á wá lọ́la (Delanọ)
Ma ní (1) (Èmi á ní), *I shall say* (S. A. Babalọla, *Iwe Kini Ede Yoruba*, (p. 3)
Wa wá lọ́la (2) (Ìwọ á wá lọ́la). *You* (singular) *will come tomorrow.*
(Delanọ, Ẹnìkéjì, '2nd person', *Atumò Ede Yoruba,* p. xxvii)

Uses:

(1) The future tense common aspect is used to express actions which refer to a future time:

Èmi yíó (á *or* ó) ṣe iṣẹ́ náà. *I shall do the work.*
Kíni iwọ yíó ṣe? *What will you do?*
Òjó àti Àjàyí á lọ sí oko ní odò. *Ojo and Ajayi will go to the stream.*

(2) This tense is often associated with adverbial modifiers of time like **lọ́la**, *tomorrow*; **ní oṣù tí ḿbọ̀**, *next month.*
Iyá yíó lọ si Èkó lọ́la. *Mother will go to Lagos tomorrow.*
Bàbá yíó lọ sí oṣu tí ḿbọ̀. *Father will go to the farm next month.*

(3) Depending on the context, this form expresses recurrent actions:
Àwa yio lọ sí ọjà ní ìgbà méjì l'ọ̀sẹ̀. *We shall go to the market twice a week.*
Èmi á wá síbí lójójúmọ́. *I shall come here every day.*

(4) Occasionally the future tense is used to express general statements and universal truths:
Òdòdó yíó kŭ láìsí omi. *Flowers will die without water.*
Ẹ̀dá yíó ṣe iṣẹ́ ẹ̀da lọ́jọ́kọ́jọ́. *Human beings will act like human beings all the time.*
B' ó pẹ títí a ṣ'omitoro sí 'ni lénu. *After a long time it gives a sweet gravy.*
(J. O. Ajibọla, *Òwe Yoruba*, p. 29)

Negative forms: (See table.) Èmi **kì** yíó lọ. *I shall not go.*
[14]Èmi **kò ní** í-lọ. *I shall not go.*
Bàbá kò ní í-wá. *Father will not come.*

(5) The future tense common aspect is used in describing a habitual action which was done in the past. For example, in answering this question:
Kíni ẹnyin nṣe nigbati ẹ wà ní ilé-ìsimi? *What did you do* (*normally*) *when you were in the rest-house?*

Answer
Nígbàtí a wà ní ilé-ìsimi, ní òwúrọ̀, nígbàtí a bá jí, àwa **yíó** ṣe eré ìdárayá. Lẹ́hìnnáà, a **ó** wẹ̀, a **ó** jẹun ní agogo méjọ. Lẹ́hìn onjẹ àwa **yíó** lọ sí etí òkun. *When we were in the rest-house, in the morning, when we woke up, we usually had physical drill, and after that we would have our bath. After this we would have breakfast. After breakfast, we would go to the sea-coast.*

Note: To answer this question, the formant **ń** or **máa ń** may be used instead of the formant **yíó**.

[14]An **i** is sometimes prefixed to the verb when **kò ní** is used.

B. The future tense common aspect

(1) **Ma (máa)** special
This **máa** expresses future action in an equal capacity with **yíó**.
Èmi máa lọ. *I shall go.*
Òjò máa rọ̀. *It is going to rain.*
Nígbàtí ìyàwó kò mọ ohun ti on **ma** ṣe mọ́. *When the wife did not know what she could do.* (J. F. Ọdunjọ, *Alawiye*, Book 6, p. 127)
Bí o bá l'ówó lọ́wọ́, *It is if you have money.*
Ni nwọn **ma** fẹ́ ọ lọla. *They will like you tomorrow.*

(2) This formant is sometimes used in imperative statements to show obligation or entreaty (J. F. Ọdunjọ).
Ẹ máa lọ. *You may go; You are free to go; You are allowed to go.*
Máa gbọ́. *Listen to me.* (*Please listen.*)
Ẹ máa yọ̀. *Be merry.*

Negative: As for **yíó**

The future tense continuous aspect

Formation: yíó máa
á máa
ó máa

Èmí ó ma wá. *I shall be coming* (Future continuous, I. Delanọ, *Atumo Edẹ̀ Yoruba,* p. xxiv)

Negative: Kì yíó máa
Kò níí máa

Uses:

(1) To denote a concrete action at a given moment in the future:
Tètè lọ̀, ng ó máa retí rẹ. *Hurry off: I shall be expecting you back.*
Àwa yíó máa lọ láìpẹ́. *We shall be going soon.*

(2) The moment at which an action takes place may be fixed by mentioning the time or by means of an adverbial clause or phrase:
Kíni iwọ yio máa ṣe ni agogo méje? *What will you be doing at seven o'clock?*
Èmi yio máa jẹun bí o bá pẹ́. *I shall be eating if you are late.*
Bàbá yíó maa sùn bí o bá wá ní agogo mẹ́wǎ. *Father will be sleeping if you come at ten o'clock.*
Èmi yio máa jẹun nígbàtí ìwọ bá ńṣiṣẹ́. *I shall be eating when you are working.*

(3) To express an action filling up a whole period of time, when the action is considered in its progress:
Èmi yíó máa ṣiṣẹ́ ní gbogbo ọ̀la. *I shall be working all day tomorrow.*
Nwọn á máa ná owó. *They will be spending money.*
Nwọn á ma p' ẹran. *They will be killing animals.* (J. O. Ajibọla, *Òwe Yoruba*, p. 28)

Future tense fixed-beginning aspect

Formation: á ti máa
yíó ti máa

Negative: kì yíó ti máa

Use: To express a concrete action going on at a definite future moment (occasionally covering a whole period of time in the future) when that future moment is viewed from the present.
Kí ẹ tó dé ibi iṣẹ́, òun yio ti bẹ̀rẹ̀ iṣẹ́. *Before you get to your office, he should have started his own work.*
Àwa yíó ti máa jẹun ki Olú tó dé. *We shall have begun eating before Olu arrives.*

The future tense fixed-end aspect

Formation: yíó ti
á ti

Negative: ki yio ti (See table, p.52)

Use: To express a future action which will have been completed at a given time.
Bàbá yíó ti lọ sí Èko. *Father would have gone to Lagos.*
Èmi yíó tí jẹun kí o tó dé. *I shall have eaten before you arrive.*
Iṣẹ́ yíó ti parí kí òjò tó dé. *Work must be completed before the rains come.*

Formants of preverbs

Within the structure of the sentence, *formants* always stand before the verb. Hence they can be called *preverbs*, according to A. Bamgboṣe. We may now say that there are four different elements which stand before verbs: each does different work within the frame of the sentence. These elements show:

(1) Tense or aspect: **yíó, á, ó; ti; ḿ/ń, máa**

(2) Negative: **kò; kì; má**

(3) Modality: **ìbá; ìbáà, bí . . . bá; lè; gbọ́dọ̀; níláti** and **mà** emphasis). See under 'Mood', p. 106.

(4) The manner of an action
Ó jàjà lọ. *He finally went.*
Olú nìkàn jẹun. *Olu ate alone.*

The verbs in the two sentences are **lọ** and **jẹun** respectively while **jàjà** and **nìkàn** show how the actions of **lọ** and **jẹun** are performed. Since they add to the meaning of the verbs, they are essentially adverbs. This category of adverbs always stands before the verb. Some of the others are:

déédéé, *suddenly*; *without any good reason*
fẹ́rẹ̀, *almost*
jọ; jìjọ, *together*
jùmọ̀, *together*
kọ̀n, *just, simply*
kúkú, *for all I know*; *simply*
mà, *as a matter of fact*; *even*
mọ̀ọ́mọ̀, *on purpose, knowingly, intentionally*
sá, *just, simply*
sáábà, *usually*
ṣẹ̀ṣẹ̀, *just, now, this moment*
ṣì, *still*
tíì, *yet*
tilẹ̀, *even*
túbọ̀, *again and again*; *anew, afresh, further*
tún, *again*
wulẹ̀, *in vain, without any good reason*

Chapter 8

Pronouns

Kinds of Pronoun

Personal pronouns

There are two types:

(1) single syllable pronouns or the 'short form'

(2) double syllable pronouns or the 'full form'.

PERSON		SHORT FORM (SINGLE SYLLABLE)	FULL FORM (DOUBLE SYLLABLE)
Singular:	1st person	Mo *or* Ng	Èmi
	2nd person	O	Ìwọ
	3rd person	Ó	Òun
Plural:	1st person	A	Àwa
	2nd person	Ẹ	Ẹ̀nyin
	3rd person	Nwọn	Àwọn

Note:

(1) The single syllable pronouns except **Nwọn,** which has a high tone when it is immediately followed by a verb, do not change in tone.

(2) The mid-tone of the second syllable of the double syllable pronoun changes into a high tone when it is followed by a verb, e.g. **Èmí lọ**; **Àwá lọ**; **Ìwọ́ lọ**, **Ẹ̀nyín lọ**; **Òún lọ**; **Àwọ́n lọ**.

(3) Double syllable pronouns can be qualified by adjectives and they too can be used as adjectives.
Àwa dúdú lọ síbẹ̀. *We black people went there.*
Àwọn jàǹkọ̀njàǹkọ̀n kò wá. *The big people did not come.*
Aṣọ èmí funfun. *My clothes are white.*
Ilé àwọn dára. *Their house is good.*

(4) Single syllable pronouns can only be used as the subject of a sentence without any change in form:
Ó lọ. *He went.*
Nwọ́n ṣubú. *He fell down.*

whereas the double syllable pronouns can be used as subject or as an object of a sentence without any change in form.
(Object) Bàbá fún àwa ní owó. *Father gave us money.*
(Subject) Àwá lọ sílé. *We went home.*
Àwọ́n lù òun. *They beat him.*

(5) However, the lexical tone of a double syllable pronoun is retained in certain constructions, e.g. when they are followed by the formants **yíó, ìbá** or **a máa**
Àwa yio lọ. *We shall go.*
(See table of pronouns and the aspects: positive and negative, pp.71 and 72.)

(6) The full-form pronouns can be followed by any of the formants, but the short-form (single syllable) is selective in the choice of formants which can follow it (See tables of pronouns and the aspects: positive and negative).

Relative pronouns

These relate or refer to some word going before it which is called its antecedent.
Mo rí aṣọ tí o rà. *I saw the cloth* ***which*** *you bought.*

tí is a relative pronoun used in place of **aṣọ**. It is sometimes called a *conjunctive pronoun* because it joins the main clause to the subordinate clause.

ó is also used as a relative pronoun.
Ìwé mélǒ ni **ó** wà níbẹ̀? *How many books* (***which***) *are there?*
Ènìà mélǒ ni **ó** wá pàdé rẹ? *How many people were there* ***who*** *came to meet you?*

Interrogative pronouns

These are used in asking questions.
They are **Tani**? **Ti tani**? **Kíni**? **Èwo**?
Tani o ḿbèrè? *Whom are you asking for?*
Kíni o ńṣe? *What are you doing?*
Èwo ni o fẹ́? *Which do you want?*

Demonstrative pronouns

These pronouns are derived from adjectives.

Adjective (**yǐ**): yìí, *this* Pronoun: Èyí, *this*
yẹn, *that* Ìyẹn, *that*
nì, *that* Eléenì *or* Èyíinì, *that*

Singular: **Èyí, ìyẹn, elénì, èyíinì**
Èyí kò dara. *This is not good.*
Ìyẹn ni mo fẹ́. *It is that I want.*

Plural: **Ìwọ̀nyí** or **àwọ̀nyí**
Ìwọ̀nyí (àwọ̀nyí) tóbi púpọ̀. *These are very big.*

Singular: **ìyẹn** or **olíyẹn**, *that*
Ìyẹ́n (olíyẹn) gùn púpọ̀. *That is very tall.*

Plural: **Ìwọ̀nyẹn, àwọ̀nyen, ìwọnnì**, or **àwọn-nì**, *those*
Ìwọ̀nyẹn ni mo fẹ́. *Those I want.* (*I want those.*)

Possessive pronouns

These are otherwise known as absolute pronouns and they are formed by adding **ti** to personal possessive adjectives.

	SINGULAR	PLURAL
1st person	tèmi, *mine*	tiwa, *ours*
2nd person	tìrẹ, *yours*	tinyín, *yours*
3rd person	tirẹ̀, *his*	tiwọn, *theirs*

Tèmi ni ilé yìí. *This house is* ***mine.***
Tìwa ni aṣọ náà. *The cloth is* ***ours.***
Tìrẹ ni àga náà. *The chair is* ***yours.***
Tiwọn ni ìwé náà. *The book is* ***theirs.***

Reflexive pronouns

	SINGULAR	PLURAL
1st person	Ara-mi, *myself*	Ara-wa, *ourselves*
2nd person	Ara-rẹ, *yourself*	Ara-nyín, *yourselves*
3rd person	Ara-rẹ̀, *himself, herself* or *itself*	Ara-wọn, *themselves*

Ara-mi ni mo ńtàn jẹ. *I am deceiving* ***myself.***
Ara-wọn ni nwọn ńtọ́jú. *They are taking care of* ***themselves.***

Emphatic reflexive pronouns

		SINGULAR	PLURAL
(1)	1st person	tìkálára mi	tìkálára wa
	2nd person	tìkálára rẹ	tìkálára nyín
	3rd person	tìkálára rẹ̀	tìkálára wọn

Èmi tìkálára mi lọ síbẹ̀. *I myself went there.*
Awọn tìkálára wọn ńsọ̀rọ̀. *They themselves were talking.*

(2) náà:
Èmi náà lọ síbẹ̀. *I (myself) went there.*
Ojo náà lọ sibẹ. *Ojo too (himself) went there.*

Indefinite pronouns

Ẹnikẹ́ni, **iyekíye**, **èyíkéyìí**, **ohunkóhun**, **ẹlòmíràn**, **òmíràn**, **ọ̀kọ̀ọ̀kan**, **ẹni**, **ọ̀pọ̀**, **irú**.
Ẹnikẹ́ni kò gbọ́dọ̀ dé ibí yìí. ***Nobody (no one)*** *should come here.*
Èyíkéyìí kò dára. ***None*** *is good.*
Ohunkóhun kò wù mí. ***Nothing*** *appeals to me.*
Ẹlòmíràn, *others, the other man*
Òmíràn, *another, other*
Ọ̀kọ̀ọ̀kan, *one by one*
Ẹni, *who, person*
Kò rí **ẹni** náà. *He did not see the* ***person.***
Ó rí **ẹni** bá lọ. *He got* ***someone*** *to go with.*
Ọ̀kan, *one*
Ọ̀pọ̀ (púpọ̀) *many*; díẹ̀, *few, little*
Púpọ̀ ni a pè, ṣùgbọ́n **díẹ̀** ni a yàn. ***Many*** *were called but* ***few*** *were chosen.*
iyekíye, *any amount, any quantity*
Irú, *kind*, e.g. **Irú** yìí ni mo fẹ́. *I want this* ***kind.***
Ọ̀kankan (nínú awọn ọmọ náà) kò wá. ***None*** *(of the boys) came.*

Distributive or reciprocal pronouns

These include **olúkúlùkù, ẹnìkọ̀ọ̀kan, gbogbogbòò, tẹmitìrẹ, oluwarẹ̀.**
Olúkúlùkù mú ọrẹ wá. *Everybody brought gifts.*
Ẹnìkọ̀ọ̀kan jókŏ. *Each one (person) sat down.*
Gbogbogbòò kó sí wàhálà. *Everybody (all) got into trouble.*
Tèmitìrẹ wà níbẹ̀. *You and I (both of us) were there.*

Tèmitìrẹ sometimes means more than simply *you* and *I*. The sentence then means *I* was there as well as all other people, meaning *we all*.
Tèmitìrẹ wà níbẹ̀. ***We all*** *were there.*
Oluwarẹ̀ gbọ́dọ̀ lọ si ibi-iṣẹ́. *The person (one) should go to work.*

Note:

(1) The pronouns marked '2' (p.71) are emphatic pronouns and are used in emphatic statements (either positive or negative).
Examples:
Èmi ni ó wà níbẹ̀.
Emi kọ́; ẹ̀nyin ni. (It is not me; it is you)
Ẹ̀nyin ńkọ́? (*What about you?*)
Àwọn ńkọ́? (*What about them?*)

(2) Each of the pronouns marked '2' (p.71) can be qualified with:
(a) Absolute pronouns (e.g. **funrami, funrawa**, etc.)
(b) With words like **náà, păpă** and **nìkan**.
(c) With nouns
Examples:
(a) Èmi fúnrami lọ síbẹ̀.
(b) Ẹ̀nyin fúnranyín joko lori aga.
(c) Ìwọ náà lọ sí Ìbàdàn.
(d) Àwọn păpă ra aṣọ titun.
(e) Èmi nìkan l' ó wà ní ilé.
(f) Àwa akẹ́kọ̆ wà ní ilé-ìwé.

(3) **Ng** is never used with words like **níláti** and **gbọ́dọ̀**. Any of the remaining twelve pronouns can be used with either of them.
Ìwọ́ níláti lọ sí ibi-iṣẹ́.
Nwọn gbọ́dọ̀ jókŏ sí ilé.

(4) **A** and **Nwọn** are used for impersonal sentences.
A gbọ́ pé òjò yio rọ̀ lọ́la. *We understand / hear / are told that it will rain tomorrow.*
Nwọn sọ pé olè ni. *We understand / hear / that he is a rogue* or *They say that he is a rogue.*

Negative

Note: The numbers refer to the table on p.72.

(a) **Kò ńlọ**[4]
and
Kò máa nlọ
} *does not usually go.*

Èmi kò máa nlọ síbẹ̀ = Emi kò ńlọ síbẹ̀. *I do not usually go there.*

(b) **Kì yio lọ**[5]
and
Kò ní i-lọ
and
Kì ó lọ
} *will not go*

Bàbá kì yio lọ síbẹ̀. *Father will not go there.*

(c) **kì bá lọ**[6]
and
Kò bá lọ
} *could (should) not have gone.*

Ìwọ kì bá lọ sibẹ lánǎ. *You should not have gone there yesterday.*

(d) **Kò tí ì-lọ**[7]
and
Kòì lọ
} *has not gone yet.*

Olùkọ́ kò tí ì-lọ sí ilé-ìwé. *The teacher has not gone to the school yet.*
Olú kòì lọ. *Olu has not gone yet.*

In (b) and (d) authors do not agree yet on the position of the second **i**, whether it should go with **lọ** or with **ti** or whether it should be on its own.

I. O. Delanọ: **koi lọ** (*Atumọ Ede Yoruba*, p. xliii)
Adeboye Babalọla: **Ko ti i lọ** (*Iwe Ede Yoruba Apa Kini*, p. 40)
Ko tii lọ
Ko i tii lọ

J. F. Ọdunjọ: **Ko ti i lọ** (as Babalọla's second case)
Ọladipọ Yemitan: **Ko i-lọ** (*Ijala*, p. 6)
Ida Ward: **Ko ilọ (kì ilọ)** (*Introduction to the Yoruba Language*)

Note: The origin of **rẹ** and **rẹ̀** (2nd and 3rd person respectively) is not yet settled. So far, in Ẹgba dialect, for the 2nd person nominative, **ìwọ**, **ìrẹ** are used. So **rẹ** in the possessive may be said to have come from the Ẹgba dialect.

Cases: comparative analysis

	NOMINATIVE	POSSESSIVE OR QUALIFYING SERIES	ACCUSATIVE OR DIRECT OBJECT	PREPOSITIONAL: DATIVE OR INDIRECT OBJECT
1(a)	Èmi	mi or tèmi	mi Òjó rí mi. *Ojo saw me.*	fún, sí, nípa **mi.** Ó sọ̀rọ̀ nípa mi. *He spoke about me.* Ó fi iwé fún mi. *He gave a book to me.*
	I	*my*	*me*	*for, to, about* ***me***
(b)	Àwa; A *We*	wa *our*	wa *us*	wa *u*
2(a)	Ìwọ; O *You* (Sing.)	rẹ (ẹ) *your*	ọ *you*	ọ *you*
(b)	Ẹ̀nyin; Ẹ *You* (Plu.)	nyín *your*	nyín *you*	nyín *you*
3(a)	Òun Ó	rẹ̀ (ẹ̀)	(i) **Òun** for emphasis. (ii) Extension of the vowel of the verb. Mo ri i. *I saw him.* (iii) **rẹ̀** after certain verbs of more than one syllable.[1] Mo gbàgbè rẹ̀. *I forgot it.*	(i) Òun. (ii) Extension of the vowel of the preposition. Mo fi í fún **un.** *I gave it to* ***him.*** Mo kọ̀wé sí **i.** *I wrote a letter to* ***him.*** (iii) Preposition **nípa** always takes **rẹ̀**.
	He; she; it	*his; her; its*	*him; her; it*	*him; her; it*
(b)	Àwọn; Nwọn *They*	wọn *their*	wọn *them*	wọn *them*

[1]See under Verbs, i.e. verbs which are formed by a combination of a verb and a noun, i.e. (3)(a)+(b) pp. 42–4.

Pronouns and the aspects: positive

	PRONOUNS		COMMON	CONTINUOUS	FUTURE			PERFECTIVE (FORMANT 'TI')	HABITUAL	UNREALISED ACTION
			lọ	ńlọ	yio(ó) lọ	ó lọ	á lọ	ti lọ	a máa lọ	ìbá lọ
1st Person	Sing.	Èmi[2] Mo Ng	Èmí lọ Mo lọ —	Èmí ńlọ Mo ńlọ —	Emi yíó lọ — —	Èmi ó lọ — Ng o lo	Èmí á lọ — —	Èmí ti lọ Mo ti lọ —	Emi a máa lọ — —	Èmi ìbá lọ — —
	Plural	Àwa[2] A	Àwá lọ A lọ	Àwá ńlọ A ńlọ	Àwá yíó lọ —	Awa ó lọ A ó lọ	Àwá á lọ A á lọ	Àwá ti lọ A ti lọ	Àwá a máa lọ —	Àwa ìbá lọ —
2nd Person	Sing.	Ìwọ[2] O	Ìwọ́ lọ O lọ	Ìwọ́ ńlọ́ O ńlọ	Ìwọ yíó lọ —	Ìwọ ó lọ O ó lọ	Ìwọ a lọ —	Ìwọ́ ti lọ O ti lọ	Ìwọ a máa lọ —	Ìwọ ìbá lọ —
	Plural	Ẹ̀nyin[2] Ẹ	Ẹ̀nyín lọ Ẹ lọ	Ẹ̀nyín ńlọ Ẹ ńlọ	Ẹ̀nyin yíó lo —	Ẹ̀nyin ó lọ Ẹ ó lọ	Ẹ̀nyín á lọ —	Ẹ̀nyin ti lọ Ẹ ti lọ	Ẹ̀nyin a máa lọ —	Ẹ̀nyin ìbá lọ —
3rd Person	Sing.	Òun[2] Ó	Òún lọ Ó lọ	Òún ńlọ Ó ńlọ	Òun yíó lọ —	Oun ó lọ —	Òun á lọ —	Òun ti lọ Ó ti lo	Òun a máa lọ —	Oun ìbá lọ —
	Plural	Nwọn Àwọn[2]	Nwọ́n lọ Àwọ́n lọ	Nwọ́n ńlọ Àwọ́n ńlọ	Nwọn yíó lọ Awọn yíó lọ	Nwọn ó lọ Àwọn ó lọ	Nwọ́n á lọ Àwọ́n á lọ	Nwọ́n ti lọ Àwọ́n ti lọ	Nwọ́n a máa lọ Àwọn a máa lọ	Nwọn ìbá lọ Àwọn ìbá lọ

[2]Note the change of tones on the pronouns in each division.

Pronouns and the aspects: negative

PRONOUNS	COMMON	CONTINUOUS	FUTURE	SUBJUNCTIVE	PERFECTIVE (FORMANT *ti*)
	kò lọ[3]	kò ńlọ[4]	kì yio lọ[5]	kì bá lọ[6]	kò tí ì-lọ[7]
Èmi Mo Ng	Èmi kò lọ — Ng kò lọ	Èmi kò ńlọ — Ng kò ńlọ	Èmi kì yíó lọ — Ng kì yíó lọ	Èmi kì bá lọ — Ng kì bá lọ	Èmi kò tí ì-lọ — Ng kò tí ì-lọ
Àwa A	Àwa kò lọ A kò lọ	Àwa kò ńlọ A kò ńlọ	Àwa kì yíó lọ A kì yíó lọ	Àwa kì bá lọ A kì bá lọ	Àwa kò tí ì-lọ A kò tí ì-lọ
Ìwọ O	Ìwọ kò lọ O kò lọ	Ìwọ kò ńlọ O kò ńlọ	Ìwọ kì yíó lọ O kì yíó lọ	Ìwọ́ kì bá lọ O kì bá lọ	Ìwọ kò tí Ì-lọ O kò tí ì-lọ
Ẹ̀nyin Ẹ	Ẹ̀nyin kò lọ Ẹ kò lọ	Ẹ̀nyin kò ńlọ Ẹ kò ńlọ	Ẹ̀nyin kì yíó l ọ Ẹ kì yíó lọ	Ẹ̀nyin kì bá lọ Ẹ kì bá lọ	Ẹnyin kò tí ì-lọ Ẹ kò tí ì-lọ
Òun Ò	Òun kò lọ —	Òun kò ńlọ —	Òun kì yíó lọ —	Òun kì bá lọ — —	Òun kò tí ì-lọ —
Nwọn Àwọn	Nwọn kò lọ Àwọn kò lọ	Nwọn kò ńlọ Àwọn kò ńlọ	Nwọn kì yíó lọ Awọn kì yíó lọ	Nwọn kì bá lọ Àwọn kì bá lọ	Nwọn kò tí ì-lọ Àwọn kò tí ì-lọ

In Ijẹbu dialect, **alárẹ̀** is used for the 3rd person nominative (singular). If this is to be accepted, the probable origin of the two words which form **Alárẹ̀** must be known. It is believed by the process of word formation that **Alárẹ̀** is composed of **oni** and another word which ends with . . . **rẹ̀.**
oní + aṣọ = aláṣọ
oní + àga = alága

The following characteristics of cases in Yoruba should be noted

Nouns

The case of a noun in Yoruba is known by the position of the noun in a sentence or by the preposition which governs it.

Pronouns have cases

(1) Nominative case: This has been dealt with under personal pronouns. In this case, the verb follows the pronoun.

(2) Possessive case: This has two forms, **mi** and **tèmi** in the 1st person, but the latter is used for emphasis.
Ìwé mi ni. *It is my book.*
Ìwé tèmi ni. *It is my own book.* (not that of any other person.)
Similarly, **àwa, ìwọ, ẹ̀nyin, òun, àwọn,** as well as **èmi** can be used in all the different cases as with nouns, e.g. **Àwa**, *we*
Àwá ní ìwé kan (nominative). *We have a book.*
Ìlú **àwa** dára (possessive). *Our country is good.*
Òjó rí **àwa** (accusative). *Ojo saw us.*
Ó rà ìwé fún **àwa**. *He bought a book from us.*

(3) Accusative or objective case:
   (a) as set down in the table.
   (b) In the 3rd person singular, any vowel of the verb can be extended.
   Mo bẹ̀ ẹ́. *I begged him/her.*
   Wò **ó**. *Look at him/her/it.*
   Mo mọ̀ **ọ́n**. *I knew him.*
   Mo gùn **ún**. *I rode it.*
   Nwọ́n wọ̀n **ọ́n**. *They weighed it.*
   Ìyá lé **e**. *Mother drove him.*
   Bàbá rà **á**. *Father bought it.*
   Àgbẹ̀ náà gbìn **ín**. *The farmer planted it.*

(4) Dative case:

(a) Pronouns in the dative (or prepositional) case may be preceded by any preposition except the third person singular **rẹ̀**, which is preceded by the preposition **nípa**.
Nwọn sọ̀rọ̀ nípa rẹ̀. *They spoke about him/her/it.*
Ó rà ìwé fún mi. *He brought a book for me.*

(b) The vowel of the preposition **fún** and **sí** may be extended to form the prepositional case just as it is with the extension of the vowel of the verb in the objective case.
Ó kọ ìwé sí i. *He wrote a letter to him/her.*
Ó pè Òjó fún un. *He called Ojo for him/her.*

Chapter 9

Adjectives

An adjective may be used attributively.
Ìwé **pupa** wà lórí tábìlì. *A **red** book was on the table.* (Attributive)
Ìwé náà **pupa**. *The book is red.*

It will be noticed that, in the sentence, **Iwé náà pupa**. *The book is red,* **pupa,** *is red* plays the part of a verb.

The position of the adjective in a sentence

Normally an adjective follows the noun it qualifies in Yoruba, e.g. **Ìwé dáradára**, good book. **Ìwé,** *book* (noun) and **dáradára,** *good* (adjective)
Àbúrò mi, *my brother.*
Ońjẹ nyín, *your food*
Ọ̀sán àná, *yesterday afternoon*
Ilé wa, *our house*
Ìlú Ìbàdàn, *Ibadan city*; *the city of Ibadan*

But there are exceptions

(1) In expressing a special attribute of a person or a thing:
ọ̀bùn ọmọ, *a dirty child*
akọnì enia, *a brave person*
ọ̀mùtí enia, *a drunkard*
òkú ẹran, *a dead animal*
ọ̀dẹ̀ ọmọ, *a stupid child*
akúṣẹ̀ enia, *a poor person*

(2) In expressing the fractional part of something:
Ìdájì ìgò epo, *a half bottle of oil*
Ìdáta àpò èkùrọ́, *a third of a bag of palmkernels*
Ìdárin garawa, *a quarter of a tin*
Ìdáméjọ ṣílè kan, *an eighth of a shilling*

(3) Some adjectives like **gbogbo**, *all;* **ọ̀pọ̀lọ́pọ̀**, *many*; ogunlọ́gọ̀, *a great many*; àìmọye, *uncountable*; are placed before the noun they qualify.
Gbogbo enia lọ wò o. *All the people went to see it.*
Ọ̀pọ̀lọ́pọ̀ ọ̀pọ̀lọ́ ni ejò ńjẹ. *Many frogs are eaten up by snakes.*
Mo lọ síbẹ̀ ní àìmọye ìgbà. *I went there on innumerable occasions.*

Kinds of adjective

Adjectives in Yoruba may be classified as follows:

Descriptive adjectives

kékeré, dáradára, gíga, pupa, dúdú.

Ọmọ̀ kékeré, *a small child*
ọilé gíga, *a tall house*
Aṣọ dúdú, *black cloth*

Sometimes an adjective may be doubled to express the idea of a 'series'.
Ilé gíga, *a tall house*
Ilé gíga-gíga, *a series of tall houses*
Ilé gíga-gíga pọ̀ ní ìlú Èkó. *There are many tall houses in the city of Lagos.*

Adjectives of quantity

(1) general: **púpọ̀**, *many*; **díẹ̀**, *some*; **íún**, *some*; **gbogbo**, *all*; **ọ̀kan**, *one*; **ọ̀pọ̀**, *many*
Ọ̀pọ̀ enia lọ síbẹ̀. *Many people went there.*
Mo mu omi díẹ̀. *I drank some water.*
Ọmọ kan jókŏ sórí àpótí. *A (one) boy sat on the box.*

(2) The categories of numerals: cardinal, ordinal and fractional. Cardinal adjectives: each figure is prefixed by **m** except **one**, which is **kan**.
ìwé kan, *one book*
ọmọ méjì, *two children*
ilé mẹ́ta, *three houses*
ìlú mrin, *four towns*

Ordinal adjectives: the prefix is **k**
èkíní (kìní), *first*
ẹ̀kejì (kejì), *second*
ẹ̀kẹ́ta (kẹ́ta), *third, etc.*
ọmọ kìní dìde, *the first child stood*
ọmọ kejì jókǒ, *the second child sat*

Note: **Èkíní, èkejì, ẹ̀kẹ́ta,** etc. are used as adjectives in emphatic statements.

Adjectives in this group are sometimes used as pronouns.
Èkejì ni mo fẹ́. *It is the second one that I want.*

Fractional adjectives: these are known by the word **ìdá,** portion.
ìdájì, *half*; ìdáta, *a third part*; ìdárin, *a quarter*; ìdáwàá, *a tenth.*

Demonstrative adjectives

point out particular objects.
yìí, *this*; **yẹn, (nì),** *that.*
Ọmọ yìí ṣiṣẹ́ dáradára. *This child worked very well.*
Ilé yẹn ga púpọ̀. *That house is very tall.*
Ìlú nì tutù. *That country is cold.*

Interrogative adjective: **Wo (Èwo),** *which*
Ọjọ́ wo ni o ḿbọ̀? *On which day are you coming?*
Aṣọ wo ni o wọ̀? *Which clothes did you put on?*
Ọmọ wo? *Which child?*
Ọmọ wo ni kí ó wá? *Which child should come?*
Irú èwo ni o fẹ́? *Which kind do you want?*

Other parts of speech used as adjectives or play the part of adjectives (Predicative adjectives)

(1) Verbal adjectives play the part of a verb as well as that of an adjective. They are in fact used as predicates, e.g. **ga**, *tall*; **gùn**, *long*; **fẹ́lẹ́**, *thin*; **fẹ̀**, *wide*; **kére**, *small*; **pọ̀**, *many*
Ilé náà ga. *The house is tall.* (Unlike **Ilé gíga** . . . , *a tall* . . .)
Ilé-ìwé náà gùn. *The school is long.*
Aṣọ náà fẹ́lẹ́. *The cloth is thin.*
Odò náà fẹ̀. *The river is wide.*
Ọmọ náà kéré. *The child is small.*
Awọn ẹnia náà pọ̀. *The people are many.*

(2) Nouns are used as adjectives: **fàdákà**, *silver*; **wúrà**, *gold*; **irin**, *iron.*
Ó fi àwo **fàdákà** jẹun. *He ate from a silver plate.*
Ife **wúrà**, *a golden cup.*
Jagunjagun náà wọ̀ ẹ̀wù **irin.** *The soldier wore a coat of iron.*
Ìwé **Òjó** dára. *Ojo's book is good.*
Ìlú **Ibàdàn** tóbi. *Ibadan city is large.*

(3) Possessive adjectives. The second form, **tèmi, tiwa**, etc. is used for emphasis.

mi, *my*; wa, *our*	tèmi, *mine*; tiwa, *ours*
rẹ, *your*; nyín, *your*	tìrẹ, *yours*; tinyín, *yours*
rẹ̀, *his, her, its*	tirẹ̀, *his, hers, its*
wọn, *their*	tiwọn, *theirs*

Iwé mi nì yìí. *This is my book.*
Iwé tèmi nì yìí. *This book is* ***mine.***
Iṣẹ́ tiwọn nì yẹn. *That job is* ***theirs.***

How comparison is expressed

Comparative degree

jù lọ is used when comparing two things. While **jù** stands immediately after the adjective, **lọ** is preceded by the object which is being considered.
Orúkọ rere dára jù wúrà lọ. *A good name is better than gold.*
Ilé mi ga jù tìrẹ lọ. *My house is taller than yours.*
Olú gbọ́n jù ọmọ náà lọ. *Olu is wiser than the boy.*

At times **lọ** is not added.
Orúkọ rere dára jù wúrà. *A good name is better than gold.*
Ilé mi ga jù tìrẹ. *My house is taller than yours.*
Olú gbọ́n jù ọmọ náà. *Olu is wiser than the boy.*

Superlative degree

The idea of the superlative[1] is realized in two ways.

(1) By mentioning the number of things which are being compared so as to show that they are more than two. Even then the 'best' or the 'worst' is singled out while the remaining number is treated as a unit.

[1]The superlative can be expressed by **tán** and **parí.**
Ó burú parí. *It is the worst.*
Ó burú tán. *It is above all bad things.*
Ìwà ọmọ náà burú tán. *The boy's behaviour is the worst.*

Ọmọ yìí ni ó gbọ́n jù nínú awọn mẹ́fẹ̀fà. *This boy is the wisest among the six.*
Igi yìí ga jù márààrún ti ó kù. *This tree is taller than (each of) the remaining five.*

(2) By grouping the remaining objects under one pronoun **gbogbo,** *all* or *all others* after selecting the 'best' or the 'worst'.
Ilé náà ga jù gbogbo wọn (lọ). *The house is the tallest of them all.*
Ọkunrin náà kúrú jù gbogbo wọn (lọ). *The man is the shortest of them all.*

Chapter 10

Adverbs

The adverb expresses some circumstances that attend an *action* or *state* or points out some characteristic features of an action or quality. In fact an adverb may act as an intensifier or a down-toner. On Yoruba adverbs, Bishop Vidal declared:

> 'Speaking in general terms, we may say that each individual adverb of qualification possesses an idiosyncrasy of its own which together incapacitates it from supplying the place of another. It contains within itself the idea of the word it is employed to qualify, although as to form and derivation, totally unconnected with that word. . . . In this way, almost every adjective and verb has its own peculiar adverb to express its quality, or rather its degree. This peculiarity must certainly increase the expressiveness of the language. Thus, for example, in sentences where we should employ the word *very,* let the subject of which we are speaking be what it might, the Yoruba would express the same meaning with far more of definiteness and precision by a separate adverb in each case, no two of which could be used convertibly.'[1]

In the following sentences, note how the sense of the word *very* is expressed in Yoruba:

Igi náà ga **fíofío**. *The tree is **very** tall.*
Ẹiyẹ náà fò **tí-an-tí-an**. *The bird flew **very** high.*
Aṣọ náà pọ́n **rókíròkí**. *The cloth is **very** yellow.*
Aṣọ náà rẹ̀ **dòdò**. *The cloth is **very** red.*
Jígí náà dan **mọ̀nàmọ̀nà**. *The glass is **very** dazzling.*
Odò náà ḍákẹ́ **rọ́rọ́**. *The river is **very** quiet.*
Ọmọ náà gbọ́n **ṣákáṣáká**. *The boy is **very** clever.*

1O. E. Vidal's 'Introduction' to *Grammar and vocabulary of the Yoruba Language* by Samuel Adjai Crowther.

Ọ̀rọ̀ náà yé mi **yékéyéké**. *The matter is very clear to me.*
Ó pọ̀ **jọjọ**. *There are very many.*
Ó dúró **ṣinṣin**. *He stands very firm.*
Ó kún **bámúbámú**. *It is very full.*
Ó ṣú **biribiri**. *It is very dark.*
Ó gbóná **janjan**. *It is very hot.*

In the same breath, Bishop Vidal went on:

> 'In order to speak Yoruba correctly, it is necessary to know not only the verb or adjective which expresses what we wish to say, but also the peculiar and appropriate adverb which denotes the degree or quality attaching to it. This singular feature of the Yoruba language is unique.'[2]

Position of adverbs in a sentence

Normally an adverb stands after the verb, adjective, or adverb it modifies.
Mo lọ **kíákíá**. *I went quickly.*
Aṣọ náà dúdú **púpọ̀**. *The cloth is very black.*
Ó ńmí fúkẹ́fúkẹ́. *He is breathing quietly.*
Ó kún fọ́fọ́. *It is very full.*
Ebi ńpa mí foroforo. *I am very hungry.*

Some adverbs like **tètè**, **yára**, **kọ́kọ́**, always stand before the verb, (Ref. I. O. Delanọ, *Atumọ Ede Yoruba*, p. lxvi)
Ó yára sare lọ. *He ran away quickly.*
Ó gbẹ̀hìn dé. *He came last.*
O kọ́kọ́ sọ̀rọ̀. *He spoke first.* (See 'Preverbs', p.62, showing the manner of an action.)

Generally adverbs of time come last in a sentence, but when they are being emphasized, they come first.
Mo ńlọ si ibi iṣẹ́ **lójojúmọ́**. *I went to work yesterday.*
Lójojúmọ́ ni mo ńlọ sí ibi iṣẹ́. *It is every day that I go to work*, or
Lójojúmọ́ mo ńlọ sí ibi-iṣẹ́. *Every day I go to work.*

Formation of adverbs

Simple adverbs

bẹ́ẹ̀, *so*
Ọ̀rọ̀ náà rí bẹ́ẹ̀. *The matter was so (as you have said).*

[2]As a matter of fact, this is a very common feature of West African languages.

ná, *already*
Ọkunrin náà ti lọ ná. *The man has already gone.*

Some adjectives are used as adverbs

dáradára, *good*; *well*
Ọmọ **dáradára** ni. *He is a good child.* (Adjective)
Ó ṣiṣẹ́ **dáradára.** *He worked well.* (Adverb)
Ó rìn **díẹ̀**. *He walked a little.* (Adverb)
Fún mi ni iyọ̀ **díè**. *Give me some salt.* (Adjective)

Some nouns are used as adverbs

òkè, *mountain*
ìsàlẹ̀, *a lower place*; *down*
Ó lọ **òkè.** *He went up* (*upwards*).
O lọ **ìsàlẹ̀.** *He went down* (*downwards*).
N.B. With the insertion of a preposition there would here be an adverbial phrase, e.g. Ó lọ **sí òkè**).

A few verbs are used in an adverbial manner

ṣubú, *to fall down*
dìde, *to get up*
Ọmọ náà ti mi **ṣubu.** *The boy pushed me* ***down.***
Ó gbé e **dìde.** *He raised it* **up.**

A great many adverbs are formed by duplication

Some adverbs are doubled to form other adverbs, e.g. díẹ̀—díẹ̀díẹ̀, kíá—kíákíá.
Olè náà sáré **bàràbàrà**. *The thief ran away* ***hurriedly***.
Ẹsẹ̀ wọn dún **kìrìkìrì**. *Their feet sounded* ***heavily***.
Mọtò náà ńlọ **kẹ́lẹ́kẹ́lẹ́**. *The car was moving along* ***quietly***.

Compounding

Some adverbs are formed by combining a preposition with a noun, e.g. **síbẹ̀**, *there* (**ibẹ̀** in fact means *that place*).
Ó lọ síbẹ̀. *He went there.*
Ó wà níbẹ̀. *He was there.*
Ọmọ náà wà níbí. *The boy was here.*
nígbàgbogbo = ní-ìgbà-gbogbo = *at all times*
= *every time; often*

níbikíbi, *at all places*; *at any place*
níkẹhìn, *at least*
lẹ́sẹ̀kannáà, *at once*
lọ̀nàkọ̀nà, *by all means*
lóṣooṣù, *monthly*
lọ́dọọdún, *yearly*

***ti** is added to a noun and the word so formed is doubled to form an adverb*

e.g. **ti** meaning **àti**, *with* and **ipá**, *force*. Hence
tipátipá, *with force*; *forcefully*
Mo pàdé rẹ̀ tẹ̀ríntẹ̀rín. *I met him with smiles.*
Ó jókǒ tìjaiyà-tìjaiyà. *He sat down fearfully.*

Adverbial groupings

Adverb of time

Denotes the time at which an action takes place.
láìpẹ́, *soon*
lórulóru, *in the night*
lálaalẹ́, *every night*
lọ́ sọ̀ọ̀ sán, *every afternoon*
lọ́sọ̀ọ̀sẹ̀, *weekly*
lójojúmọ́, *daily*
láìlái (láéláé), *forever*

Place and direction

Denotes where the action is done or in what direction it is done.
níwájú, *in front*
níbẹ̀, *there*
níbikíbi, *everywhere*
níbòmíràn, *in some other places*
lọ́wọ́ (lọ́wọ́lọ́wọ́), *now*

Manner

Tells the way in which an action is done.
kíákíá, *quickly*;
táútáú, *very; completely*
Ó gbá ilẹ̀ náà mọ́ táútáú. *He swept the floor very clean.*
Ó ti fọ́ pátápátá. *It was entirely broken.*

díẹ̀díẹ̀, *little by little*
julo, *more than*
púpò—púpọ̀púpọ̀, *a lot*
gẹ́gẹ́, *equally*
déédéé, *normally*
rẹ́gí, *just*
lọ́gbọgba, *equally*

Affirmation:
dájúdájú, *definitely*
lótitọ́, *truly*
láìṣiyèméjì, *without any doubt*

Doubt:
bóyá, *perhaps*
Bóyá, mo lè lọ̀ lọ́la. *Perhaps I may go tomorrow.*

Emphasis:
tilẹ̀, *even, indeed*
Bàbá **tilẹ̀** ri i. ***Even*** *father saw him.*

Number, measurement and quantity

lákǒkọ́, *in time*
lákǒkọ́, *at first*
lẹ́ẹ̀kan, *once*
lẹ́ẹ̀mẹta, *thrice*

Interrogative adverbs

Are used in asking questions. **Níbo? Nígbàwo? Báwo? Láti ibo? Títí di?**
Níbo ni o ńgbé? *Where do you live?*
Nígbàwo ni o ńlọ? *When are you going?*
Mélŏ ni o rí? *How many did you see?*
Láti ibo ni o ti ḿbọ̀? *From where were you coming?*
Titi di àkókò wo ni o jókŏ? *Till what time did you wait?*
Báwo l'o ṣe rí i? *How did you find it?*

Adverbial clauses

Adverbial clauses of time

Mo padà **nígbàtí iṣẹ́ parí**. *I returned when work ended.*
Bí ilẹ̀ ti ńṣú ni a wọ ìlú náà. *As it was becoming dark, we entered the city.*
A dúró **títí** ó **fidé**. *We waited until he arrived.*

Adverbial clause of place

Mo rí ọkùnrin náà **níbití ó dúró sí**. *I saw the man where he was standing.*
Gbogbo wa lọ sí **ibi tí a ńfẹ́**. *We all went where we liked.*

Adverbial clause of manner

Mo ṣe iṣẹ́ náà **gẹ́gẹ́bí o ti sọ**. *I did the work as you said.*

Adverbial clause of result

Nítorí ilẹ̀ ṣú púpọ̀ a kò lè rí ara wa. *Because it was very dark, we could not see one another.*
Òjò rọ̀ pupọ, **nítoríńà** a kò lè lọ sí ibi iṣẹ. *It rained a lot, so we could not go to work.*

Adverbial clause of comparison

A tètè dé jù bí ó ti rò lọ. *We arrived earlier than he thought.*
Mo lè kà ede Gẹ̀ẹ́sì gẹ́gẹ́bí mo ti lè ka èdè Rọ́ṣíà. *I can read English as well as I can read Russian.*

Adverbial clause of condition

Bí o bá wá, ng ó rí ọ. *If you come, I shall see you.*
Bí ìwọ kò bá ṣiṣẹ́, ìwọ kì yio jẹun. *If you do not work, you will not eat.*
Bí mo fẹ́, mo lè jẹun. *If I like, I can eat.*
Ìwọ́ ìbá wá, ìbá dára púpọ̀. *If you had come, it would have been very good.*

Adverbial clause of cause

A kò lè wá **nítorí a lọ sí ìpàdé**. *We could not come because we went to a meeting.*
Ẹiyẹ náà kú nítorí kò rí ońjẹ. *The bird died because it had no food.*

Adverbial clause of concession

In this clause the thought is contradictory to that expressed in the principal clause.
Bí ó tilẹ̀ jẹ̀ pé òòrùn ńràn, otútù ńmú mi. *Although the sun is shining I am feeling cold.*
Mo lọ ki i **bí ó tilẹ̀ jẹ pé ọ̀tá mi ni**. *I went to greet him even though he was my enemy.*

More adverbs

báyìí, *like this*
Ó kọ ìwé báyìí. *He wrote like this* (*thus*).

dájúdájú, *certainly*
Dájúdájú mo nílátí wá. *Certainly, I have to come.*

dandan, *for certain*
Dandan, ó nílati wá sí ilé mi. *You must come to my house without fail.*

déédéé, *regularly, normally*
Iṣẹ́ ńlọ déédéé. *Work goes on normally.*

déédéé, *about*
O dé ni déédéé agogo méjì. *He came at about 2 o'clock.*

fẹ́rẹ̀, *almost*
Ọmọ náà fẹ́rẹ̀ kú. *The child almost died.*

fínnífínní, *carefully, neatly*
Ọmọ ńà wọ aṣọ fínnífínní. *The boy was neatly dressed.*

fọnfọn, *soundly*
Ọmọ náà sùn fọnfọn. *The child slept soundly.*

gbọnmọgbọnmọ, *repeatedly*
Ọ̀gá mi sọ fún mi gbọnmọgbọnmọ pé kí ng fi ojú sí iṣẹ́. *My master told me repeatedly to pay attention to my work.*

gidigidi, *very much*
Mo fẹ́ràn ìyá mi gidigidi. *I love my mother very much.*

jẹ́ẹ́, jẹ́jẹ́, *quietly*
Ọmọ náà jókŏ jẹ́ẹ́. *The child sat down quietly.*

jìnà, *far*; *far away*
Ẹiyẹ náà fò jìnà. *The bird flew far away.*

kàkà . . . kúkú, *instead of . . . rather*
Kàkà ng jalè, emi á kúkú d'ẹrú. *Instead of stealing, I would rather be a slave.*

lọ́pọ̀lọ́pọ̀, *very much*; *in great numbers*
Awọn enia wá lọ́pọ̀lọ́pọ̀ sí ibi eré náà. *People came to the play in great numbers.*

Mo gbádùn eré náà lọ́pọ̀lọpọ̀. *I enjoyed the game very much.*

mọ́, *no longer* (*any longer*)
Òjó kò lọ mọ́. *Ojo did not go any longer.*

ná, *just*
Gbọ́ mi ná. *Just listen to me.*

nítòsí, *near*
Ọkunrin náà wà nítòsí. *The man is near* (*nearby*).

níwájú, *in front*
Mo rí i níwájú. *I saw him in front.*

rárá, *at all* (*not at all*)
Owó kò sí lọ́wọ́ mi rárá. *I have no money with me at all.*

síbẹ̀síbẹ̀, *still*
Mo jẹun púpọ̀, síbẹ̀síbẹ̀ ng kò yó. *I ate much, but still I was not satisfied.* (*My stomach was not full.*)

tán, *completely*
Mo ṣiṣẹ́ tán. *I have finished work completely.*

títí, *continually*
Òjò rọ̀ títí; kò dá. *It rained continually*; *it never stopped.*

tún, *again*
Olú tún padà dé. *Olu came back again.*

wàdùwàdù, *hurriedly*
A kò ńfi wàdùwàdù ṣe nǹkan. *We should not do things hurriedly.*

wẹ́rẹ́, *unexpectedly*, *quietly*
Ọkùnrin náà wọ ilí wẹ́rẹ́. *The man came in unexpectedly.*

Chapter 11

Prepositions

A preposition is a word that indicates the relation of a substantive (the object of the preposition) to another substantive. A preposition is usually placed before its object, e.g. prepositions **ní** and **sí**.

Mo wà **ní**[1] ilé. *I am at home.*
Bàbá lọ sí[1] ọjà. *Father went to the market.*

But the prepositions **ní** and **sí** have homophones as verbs.
Mo ní ilé kan. *I have a house.*
Owó kò sí. *There is no money.* (*Money does not exist.*)

A verb can be followed by different prepositions to show different relationships between two substantives.
Òjó dúró dè mí. *Ojo waited for me.*
Òjó dúró tì mí. *Ojo stood by me.*

The tendency is to call **dè** and **tì** verbs; but the light which they throw upon the verb **dúró** with regard to the relationship between **Òjó** (subject) and **mí** (object) cannot be shown by their meaning as verbs:
dè, *to tie*, **tì**, *to push, to close a door.* So in the above contexts, **dè** and **tì** are not verbs: they are prepositions. Therefore, the verb **dè**, *to tie*, and the preposition **dè**, *for,* are homophones. Here is a list of some of the homophones and their meanings:

[1](1) Prepositions are used whenever a noun indicates place except in the case of certain verbs with which prepositions are not used, e.g. **rè** and **bọ̀**.
Òjó rè ọjà. *Ojo went to the market.*
Olú bọ̀ oko. *Olu returned from the farm.*
(2) Post verbs: Ayọ Bamgboṣe: *A Grammar of Yoruba.*

Homophones

VERBS	PREPOSITIONS
bà, *alight on; to ferment*	bà, *with; against*
fún, *to squeeze, to press out water* (e.g. from a wet cloth, *to give*)	fún, *for, on behalf of*
lé, *to drive away*	lé, *on, towards*
lù, *to beat*	lù, *on, against*
ní, *to have*	ní, *at, in*
sí, *to exist*	sí, *to, towards*
sin, *to bury*	sin, *before*
tì, *to close, lock, push*	tì, *by, with*

Kinds of preposition

Simple prepositions

These have one syllable, e.g. **sí, ní, ti, dè, fún**
O ra iwe **fún** bàbá. *He bought a book **for** father.*
O **ti** ọjà de. *He **from** the market arrived.* (*He arrived from the market.*)

The above sentence can be said in another way with **láti**:
Ó dé láti ọjà. *He arrived from the market.*

Prepositional phrases

Prepositions **ní** and **sí** are prefixed to nouns to form other prepositions. In this case the preposition which is prefixed to the noun loses the **i** before all nouns beginning with a vowel. In addition the **n** is changed into **l**. But where the initial vowel of the noun is an **i**, the **n** is retained.
ní iwájú . . . níwájú, *in front of*
sí iwájú . . . síwájú, *to front of*
ní ẹ̀hìn . . . lẹ́hìn, *behind, at the back of*
sí ẹ́hìn . . . sẹ́hìn, *to the back of*
ní ọwọ́ . . . lọ́wọ́, *with*

More examples of prepositional phrases:
Ó dúró **níwájú** mi. *He stood in front of* (*before*) *me.*
Bàbá wà **nínú** ilé. *Father was in the house.*
Ẹiyẹ náà wà **lórí** igi. *The bird is on the tree.*
Ọlọ́pă wà **láàrin** ìlú. *Policemen are in the town.*
Àwòrán wà **lára** ògiri. *The picture is on the wall.*

Ọkọ̀ náà dúró **léti** odò. *The boat stopped at the bank of the river.*
Ó bèèrè ọ̀nà **lọ́wọ́** mi. *He asked the way* **from** *me.* (*He asked me the way*).
Ó wà **lọ́wọ́ mi**. *It is* ***with me.***
Ó sọ̀rọ̀ **nipa** ọkùnrin náà. *He spoke about the man.*
Ẹja náà wà lábẹ́ omi. *The fish is under the water.*

Note:

(1) When prepositional phrases are followed by a third person singular pronoun, if we do not want to use **oun**, **rẹ̀** is substituted. Thus we say:
Lẹ́hìn rẹ̀, *behind him/her/it*
Níwájú rẹ̀, *in front of him/her/it*

(2) In pronunciation the last vowel of the prepositional phrase is lengthened with a mid-tone on it thus:
lẹ́hìn-in rẹ̀; níwájúu rẹ̀.

There is a close relationship between certain prepositions and adverbs; and the same word may have either function depending on the context.
Ilé náà wà **lẹ́hìn**. *The house is* ***behind.*** (adverb)
Ilé náà wà **lẹ́hin** ọjà. *The house is* ***behind*** *the market.* (preposition)

Inseparable prepositions

Certain prepositions form part of a verbal construction while at the same time they stand before their objects. If such prepositions are removed or changed, the meaning of the verbal construction is altered. This is typical of prepositions in idiomatic expressions.
fi ojú sí, *to pay attention to*
fi orí tì, *to endure*
fi ọkàn tẹ̀, *to trust, to depend upon*
fi ọkàn si, *to hope, to have hope in*

Unlike prepositional phrases which take **rẹ̀** when followed by the third person pronoun singular number, inseparable prepositions have the vowel of the preposition extended.
O fi ojú sí ìwé. *He pays attention to studies.*
O fi ojú sí i. *He pays attention to it.*
Bàbá fi orí tì iṣẹ́. *Father persevered at work.*
Bàbá fi orí tì í. *Father persevered at it.*

The preposition 'sí'

(1) The preposition **sí** is dynamic, and it is generally used with verbs of movement.
Mo lọ sí oko. *I went to the farm.*
Ó wá sí ilé-ìwé. *He came to the school.*
Bàbá dé sí ilé. *Father arrived at home.*

(2) With movement towards living things **si** takes in addition **ọ̀dọ̀,** *the place of,* thus **sí ọ̀dọ̀** (sọ́dọ̀),
Mo lọ sọ́dọ̀ Òjó. *I went to Ojo.*
Ehoro lọ sọ́dọ̀ (sí ọ́dọ̀) ẹkùn. *The rabbit went to the lion.*

(3) With movement towards non-living things **sí** is followed by **ìdí,** *at the foot of.*
Òjó lọ sí ìdí igi. *Ojo went to the tree.*
Ọmọ nâ lọ sí ìdí tábìlì. *The boy went to the table.*

(4) There are cases, however, when **sí** is used non-dynamically. In this case, it emphasizes location.
Èmi kò mọ ibí tí ó dúró **sí**. *I did not know where he stood exactly.*
Níbo ni o jòkǒ sí? *Where did you sit* ***exactly****?*
Ọ̀nà náà jìn **sí** ibi yi. *The road is far* ***from*** *here.*
Mo gbàgbé ìwé mí **sí** ilé. *I left my book* ***in*** *the house.*
Níbẹ̀ ni awọn àgbàgbà ìlú péjọ sí láti sọ̀rọ̀ (Odunjọ). *There, the elders of the town gathered to discuss.*
Ó mú síbí ṣí ọwọ ọ̀tún. *He has a spoon in his right hand.*

(5) **sí** sometimes means *to what extent* or *to what degree*
Báwo ni Olú ti ṣiṣẹ́ sí? *How much has Olu worked?*
Báwo ni omi nâ ti gbóná sí? *How hot is the water?*

(6) **sí** sometimes means **láti**, *to: introducing an infinitive*
A bẹ̀rè sí iṣẹ́. *We started to work.*

but when the **sí** stands before a verb, the **sí** takes an additional 'high-tone', i.e. **síí**, but many authors attach the second **i** to the verb which follows the **si**.
A bẹ̀rẹ̀ síí ṣiṣẹ́ (A bèrè sí í-ṣiṣẹ). *We started to work.*
A bẹ̀rẹ̀ síí kàwé (A bẹ̀rẹ̀ sí í-kàwé). *We started to read.*

(7) **fi sí**, *to come to an agreement*
Nwọn fi sí pé kí a lọ. *They came to an agreement that we should go.*

The use of ***sí*** *in emphatic statements*

When the normal word-order of a sentence which contains the preposition **sí** is changed into an emphatic construction, one of the following may happen:

(1) The preposition comes last in the sentence if it is its object that is emphasized.
Mo ránṣẹ́ sí Súlè. *I sent to Sule.* (unemphatic)
Súlè ni mo ránsẹ́. *It is to Sulse that I sent.* (emphatic)
Mo yà sí ọ̀tún. *I turned to the right.* (unemphatic)
Ọ̀tún ni mo yà sí. *It was to the right that I turned.* (emphatic)

(2) The preposition is sometimes removed and nothing is added.
Mo lọ sí ọjà. *I went to the market.* (unemphatic)
Ọjà ni mo lọ. *It is to the market I went.* (emphatic)
Bàbá wà ní ilé. *Father is at home.* (unemphatic)
Ilé ni bàbá wà. *It is at home father is.* (emphatic)

(3) In another case the preposition **sí** is retained and **rẹ̀** is added.
Mọ lọ sí ọ̀dọ̀ Àbíkẹ́. *I went to Abike.* (unemphatic)
Àbíkẹ́ ni mo lọ sí ọ̀dọ̀ rẹ̀. *It was to Abike that I went.* (emphatic)
Ehorọ lọ sí ọ̀dọ̀ ẹkùn. *The rabbit went to the lion.* (unemphatic)
Ẹkùn ni ehoro lọ sí ọ̀dọ̀ rẹ̀. *It was to the lion that the rabbit went.* (emphatic)
Mo lọ sí ọ̀dọ̀ wọn. *I went to them.* (unemphatic)
Awọn ni mo lọ si ọ̀dọ̀ rẹ̀. *It was to them that I went.* (emphatic)

Note: The emphatic statements in (3) may be said without **sí** and **rẹ̀** as follows:

Ọ̀dọ̀ Àbìkẹ́ ni mo lọ. *It was to Abike that I went.*
Ọ̀dọ̀ ẹkùn ni ehoro lọ. *It was to the lion that the rabbit went.*
Ọ̀dọ̀ wọn ni mo lọ. *It was to them that I went.*

Preposition ní

(1) A few verbs like **fún**, *to give*, and **kọ́**, *to teach*, require the preposition **ní** before expressing the direct object.
Ó fún mi **ní** ìwé. *He gave me a book.*
Ọ̀jó fún ìyá **ní** ówó. *Ojo gave mother money.*
Olùkọ́ kọ wa **ní** orin. *The teacher taught us a song.*
Ó jẹ mí **ní** owó. *He owed me money.*

Others are:
dà . . . ní ààmú, *to disturb*; *to trouble*
dì . . . ní okùn, *to tie with a rope*
dì . . . ní ọwọ́, *to disturb*
gbà . . . ní ìyànjú, *to advise*; *to encourage*
họ̀n . . . ní èǹmọ̀, *to punish severely*
jó . . . ní iná, *to burn*
là . . . ní ojú, *to civilize*
là . . . ní òye, *to enlighten*
pa . . . ní ayò, *to be victorious over someone at a game of* ***ayò***
ran . . . ní etí, *to remind*
rán . . . ní iṣẹ́, *to send on an errand*
ṣá . . . ní àdá, *to cut with a cutlass*
sọ . . . ní òkúta, *to throw a stone at someone*
ta . . . ni ibon, *to shoot* (*a gun*) *at*
ta . . . ní ìpá, *to kick*
yá . . . ní owó, *to lend money to someone*
yọ . . . ní ẹnu, *to trouble*

The next group of sentences gives an alternative construction (without the preposition) and yet there is no change in the meaning of each sentence. However, the first group on the left is more idiomatic than the second group on the right.
Ó jí mi ní owó . . . Ó jí owó mi. *He stole my money.*
Ó dá mi ní igi . . . Ó dá igi mi. *He broke my stick.*
Ó gbé bàbá ní aṣọ . . . Ó gbé aṣọ bàbá. *He stole father's clothes.*
Ó kọ́ àgbẹ̀ ní iṣu . . . Ó kó iṣu àgbè. *He stole the farmer's yams.*
Òjó pa mí ní ajá . . . Òjó pa ajá mi. *Ojo killed my dog.*
Ó bò mí ní àṣírí . . . O bo àsirí mi. *He concealed my faults.*

(2) In expressing the time an action took place, **ní** is always used, i.e. in expressing adverbial phrases of time.
Mo dé Mọ́skò ní agogo mẹ́jọ. *I got to Moscow at* 8 *o'clock.*
Òtútù mú ní òwúrọ̀. *It was cold in the morning.*
Bàbá yíó lọ ní oṣù tí ḿbọ̀. *Father will go next month.*
Ó dé ìlú yìí ní ọdún tí ó kọjá. *He came to this country last year.*

(3) In expressing the place where something is.
Bàbá mi wà ní Ìbàdàn. *My father is in Ibadan.*
Ó wá ní ilẹ̀. *It is on the ground.*
Olùkọ́ wà ní ilé-ìwé. *The teacher is in the school.*

(4) **ní** may mean *as*, *for*, *to be*, *like*
A mọ̀ ọkùnrin náà ní olóye. *We know the man to be clever.*
Obìrin náà wù mí ní aya. *I would like the woman for a wife.* (*I would like her to be my wife.*)

(5) When the action of the verb refers to a group of things, in a definite number, or order, or definite colours, **ní** is used in expressing the quality, quantity or order.
Nwọ̀n tò ní méjìméjì. *They lined up in twos.*
Nwọn kùn àwọn ilé ní pupa. *They painted the houses red.*
Nwọn kọ́ àwọn ilé náà ní oriṣí kannáà. *They built the houses the same way.*

(6) **ní** is used before some abstract nouns.
Mo mọ̀ ìwé ní kíkà. *I know how to read.* (literally, *I know book in reading.*)
Ó ti bẹ̀rẹ̀ èdè Róṣíà ní kíkọ́. *He had started to study the Russian language.*
Ẹran sú mi ní jíjẹ. *I am tired of eating meat.*

(7) In expressing the price of an article.
Mo ra aṣọ náà ní ṣílè márŭn. *I bought the cloth for five shillings.*
Nwọn ta ìwé náà ní ṣílè kan. *They sold the book for a shilling.*

Chapter 12

Conjunctions or links

A conjunction is a word which links parts of speech or sentences together.

Structure

(1) Simple conjunctions **àti**, **pẹ̀lú**, **òun**, **kí**, **sì**.
Òjó àti Àjàyí. *Ojo and Ajayi.*
Owó àti ọmọ. *Money and children.*

Àti is sometimes duplicated.
Àti owó àti ọmọ, Oluwa má fi ọ̀kan hán wa. *Both money and children: may the Lord not deprive us of either of them.*
(For the uses of the others, see under co-ordinating and subordinating conjunctions.)

(2) Compound conjunctions, i.e. conjunctions which are made up of two or more words.
níbikíbi (ní-ibi-kí-ibi), *anywhere*
nígbàtí (ní-ìgbà-tí), *when*

(3) Some phrases are used as conjunctions.
bí kò ṣe pé, *unless*; *except that*
bí ó tilẹ̀ jẹ́ pé, *even though*; *although*
bí kò ṣe bí, *unless*

(4) Some conjunctions are used in pairs.
bí . . . bá, *if*
kí . . . tó, *before*
àfi . . . bí, *unless*

bí . . . tí, *as*
bàyìí . . . tí, *so . . . and*
yálà . . . tàbí, *or*
gẹ́gẹ́bí . . . ti, *as*

There are two kinds of conjunctions in the Yoruba language:
(1) Co-ordinating
(2) Subordinating

Co-ordinating conjunctions

Copulative

àti, sì, pẹ̀lú, oùn
Ó mú iṣu **àti** ọ̀bẹ̀. *He took yam and knife.*
Ọkọ **òun** ìyàwó níláti fẹ́ràn ara wọn. *Husband and wife should love each other.*

Sì is always used in joining sentences. It is placed immediately after the 'subject' in the second sentence.
Ó wọ̀ ilé, èmi **sì** jáde. *He came in and I went out.*
Ìwà **pẹ̀lú** ẹwà dára púpọ̀. *Fine manners and beauty are good assets.*

Disjunctive

tàbí
Nwọn wà ní ilé **tàbí** nwọn jáde? *Are they in the house or have they gone out?*
Dúdú ni **tàbí** pupa? *Is it black or red?*

Contrastive

ṣùgbọ́n, bẹ́ẹ̀ni (bẹ́ẹ̀), bí . . . ni
Ó wọ̀ aṣọ funfun ṣùgbọ́n ó gbé epo lọ́wọ́. *He wore white clothes but he was carrying oil.*
A kò mọ̀ ìgbà tí ó dé, **bẹ́ẹ̀ni** a wà ní ilé. *We did not know the time he arrived, yet we were in the house.*
Ó jókŏ lọ́dọ̀ mi, **bẹ́ẹ̀ èmi** kò mọ̀. *He sat by me, yet (but) I did not know him.*
Bí ọkunrin náà ti gùn **ni** o dara. *The man is as handsome as he is tall.*

Conjunctions introducing subordinate clauses

Time

nígbàtí, nígbàtí . . . bá, bí . . . bá, kí . . . tó, lẹ́hìn . . . tí
Mo rí Olú **nígbàtí** ó dé. *I saw Olu when he arrived.*
Ng ó rí ọ **nígbàtí** o **bá** dé. *I shall see you when you arrive.*
(**nígbàtí . . . bá** is used with a clause which points to a future action.)
Bàbá yio rí ọ bí o bá dé. *Father will see you when you come back.*
Ìyá yio jẹun kí agogo méjì tó lù. *Mother will eat before 2 o'clock.*

Place

níbití
Ó bá mi níbití mo gbé ńká éso sí. *He found me where I was plucking fruits.*
Mo rí i níbití ìwé nâ wà. *I saw it where the book was.*

Conditional

bí; bí . . . bá; bí kò ṣe pé; bí kò ṣé bí; bí kò jẹ́ pé; àfi . . . bí
Bí o lọ kí o kí bàbá rẹ. *If you go, greet your father.*
Bí Olú **bá** wá òun yio rí ọ. *If Olu comes, he will see you.*
Bí kò ṣe pé òjò rọ̀, ohun ọ̀gbìn kò lè hù. *Unless it rains, crops will not grow.*
Bí kò jẹ́ pé bàbá mi wá, èmi ìbá kú. *Had my father not come, I might have died.*
Àfi bí o fún mi ni owó èmi kò lè jẹun. *Unless you give me money, I cannot eat.*

Aim and purpose

kí
Mo kàwé mi daradara kí emi le yege ninu ìdánwò. *I studied my lessons thoroughly so that I might do well in the examination.*
Nwọn ṣe èyí kí ọmọ náà ba lè wá sí àrín ìlú. *They did this so that the boy could come to the town.*

Cause or reason

nítorí, nítorí tí, nítorípé
À ńhùwà rere **nítorí** a jẹ́ ọmọ rere. *We behave very well because we are good children.*
Mo fún un ní ìwé náà **nítorí tí** ó san owó fún mi. *I gave him the book because he paid [money to] me.*

D

Ó yege nínú ìdánwò náà **nítorípé** ó múra dáradára. *He was successful in the examination because he prepared well.*

Result

Nítorínáà
Bàbá náà kú, **nítorináà** ọmọ rẹ̀ kò lè wá sí ilé-ìwé. *The man died, therefore his son could not come to school.*

Comparison

bí, bí . . . ti, gẹ́gẹ́bí, gẹ́gẹ́bi ti
Ó ṣiṣẹ́ bí Òjó ti ṣiṣẹ́. *He worked as Ojo had worked.*
Ó dúró **bí (gẹ́gẹ́bí) ti** ọjọ́ tí mo rí i. *He stood as he stood on the day I saw him.*

Concessional

bí ó tilẹ̀ jẹ́ pé; bí o tílẹ̀ ṣe pé
Bi ó tilẹ̀ jẹ́ pé òjò ńrọ̀, èmi yíó lọ. *Even though it is raining, I shall go.*
Bí ó tilẹ́ jẹ̀ pé òjò ńrọ̀, síbẹ̀síbẹ̀ mo lọ kí i. *Even though it was raining, I went to see him.*
Bí ó tilẹ́ ṣe pe ọ̀run ńwó bọ̀, emi yio rí i. *Even though the heavens should fall, I shall see him.*

Chapter 13

Ìnterjections

An interjection is a part of speech which expresses various emotions.

Primary or emotional interjections

These express the feeling of the speaker in a single word. This word may eventually be followed by a sentence explaining the cause of the emotion, e.g. **Hà! Hẹ̀ẹ́! Kírẹ́ẹ̀! Pagidarì! Yépà!** (*for fear, surprise*); **Síọ̀!** (*for disgust*)
Hà! Ìgò epó fó. *Ha! the bottle of oil is broken.*
Pagidarì! Ọmọkùnrin náà ti kú. *Heavens! The man is dead.*

In the last two examples, the cause of the emotion was explained. Sometimes interjections have no meaning: their removal from a sentence does not affect the sentence grammatically.

Secondary or imperative interjections

These express the will of the speaker or his order or appeal to the hearer.
Wá sí ibí! *Come here!*
Kíl' o ńṣe! *What are you doing!*
Ọmọ mi! *My child!*
Ẹja ńlá lọ l'ómi! *A big fish is missing in the pond!* (*What a great loss!*)
Ó mà ṣe o! *What a pity!*
Aládŭgbò, ẹ gbà wá o! *Neighbours, help us!*

From the above examples it will be seen that a secondary interjection may be a phrase or a complete sentence.

Chapter 14

The sentence

A sentence is a unit of speech; its grammatical structure conforms to the law of the language and it serves as the chief means of conveying a thought. A sentence is not only a means of communicating something about reality but also a way of showing the speaker's attitude to it. Sentences may be classified as follows:

A declarative sentence

This states a fact in the affirmative or negative form.
Olú mú igi. *Olu took the stick.*
Odò ńṣàn. *The river flows.*
Ẹiyẹ ńfò. *Birds fly.*
Òjó kò lọ. *Ojo did not go.*

An imperative sentence

This expresses a command, request or entreaty.
Wá! (*You*) *Come!*
Lọ sùn (Ẹ lọ sùn). *Go and sleep!* (*You go and sleep.*)

An exclamatory sentence

This expresses an attitude of surprise.
Irú kìnì yìí! *What kind of thing is this!*
Kíní pa a? *What killed him?*
(See also 'Imperative and secondary interjections')

An impersonal sentence

This expresses an action with which no particular person is credited, **Nwọn** and **A** being used.
Nwọn sọ pé òjò yio rọ̀ lọ́la. *They say (It is said) that it will rain tomorrow.*
A gbọ́ pé ìlú náà tóbi. *It is said (We understand) that the city is large.*

Note:

(1) In the first example, **àwọn** is never used for an impersonal sentence. Similarly, **àwa** is not used for **a** in the second sentence.

(2) **Ènìà** or **ẹni** is sometimes used impersonally to mean people or human beings.
Enia níláti tọ́jú ìwà rẹ̀. (*We, a person*) *People should take care of their manners.*
Ẹni a fẹ́ l' a mọ̀, a kò mọ ẹni t' ó f' ẹni. *We know whom we love, but we do not know those who love us.*

An emphatic sentence

This is a sentence in which the speaker is calling the attention of the hearer to a particular word. This is known by the position of **ni** in the sentence.
Mo fún Àjàyí ní ìwé. *I gave Ajayi a book.* (unemphatic)
Ìwé **ni** mo fún Àjàyí. *It is a book I gave Ajayi.* (emphatic)
Àjàyí **ni** mo fún ni ìwé. *It was to Ajayi I gave a book.* (emphatic)
Èmi **ni** ó fún Àjàyí ní ìwé. *It was I who gave Ajayi a book.* (emphatic)

Some compound verbs are broken into their component parts when used in emphatic statements.
sáré, *to run*
Mo sáré. *I ran.*
Eré **ni** mo sá. *It was a race I ran.*
kọrin, *to sing*
Bàbá kọrin. *Father sang.*
Orin **ni** bàbá kọ. *It was a song father sang.*
kàwé, *to read*
Olú kàwé. *Olu read.*
Ìwé **ni** Olú kà. *It was a book that Olu read.*
(Emphasizing a book, and not a magazine or a newspaper)

Negative

There are two ways of expressing negation in an emphatic statement;

(1) **kọ́** placed immediately after the word, phrase or sentence to be emphasized in the negative.

(2) **kì ísẹ** which stands before the word, phrase or sentence to be emphasized.

Example 1
Òjó ni. *It was Ojo.*
Negative: Òjó kọ́. *It was not Ojo.*
Kì ísẹ Òjó. *It was not Ojo.*

Example 2
ni is used along with **kọ́** and **kì ísẹ**
Mo fún Àjàyí ní ìwé. *I gave Ajayi a book.*

Ìwé **kọ́** ni mo fún Àjàyí. **Kì ísẹ** ìwé ni mo fún Àjàyí.	*It was not a book I gave Ajayi.*
Èmi kọ́ ni ó fún Àjàyí ní ìwé. Kì ísẹ emi ni ó fún Àjàyí ní ìwé.	*It was not I who gave Ajayi a book*
Àjàyí kọ́ ni mo fún ní ìwé. Kì ísẹ Àjàyí ni mo fún ní ìwé.	*It was not to Ajayi that I gave a book.*

Ní ìgbà tí mo dé ilé ni mo rántí ètò héà. *It was when I got home that I remembered the appointment.*

Ní ìgbà tí mo dé ilé kọ́ ni mo rántí ètò héà. Kì ìṣe ní ìgbá tí mo dé ilé ni mo rántí ètò héà.	*It was not when I got home that I remembered the appointment.*

The interrogative sentence

This asks a question which can be formed by:

(1) a single word

(2) a sentence

(3) the use of particles for asking questions.

Single word

Báwo? *Òow?*, **Èése** *Why?*, **Èwo** *Which?*
Mo rí ìwé náà. **Èwo?** *I saw the book.* ***Which?***
Ìyá mi lọ sí oko. **Èéṣe?** *My mother went to the farm.* ***Why?***

Sentence

The question is expressed by raising the voice slightly at the end of the sentence.

Ọ̀jó ti lọ? *Ojo is gone?*
O ti kàwé? *You have read?*
Ó ti kú? *He is dead?*

The use of particles

Ṣé? is the strongest particle for asking questions and it is used before the word to be emphasized in the question.
Ṣé **ìwọ** ńlọ sí ilé-ìwé? *Are you going to school?*
Ṣé **ilé-ìwé** ni o ńlọ? *Is it to **school** you are going?*
Ṣé **òní** ni ó ńlọ sí ilé-ìwé? *Is it **today** you are going to school?*
Ṣé o rí ọmọ náà? *Did you see the boy?*

Ǹjẹ́? can be used in the same circumstances as **Ṣé** except that the latter has a stronger force.
Ǹjẹ́ ónjẹ mi ni yìí? *Is this my food?*
Ǹjẹ́ ó lè rìn? *Can he walk?*

Mélŏ? is used for questions involving number.
Mélŏ ni àwọn tí ó wá síbẹ̀? *How many people came there?*
Iṣu mélŏ ni o rà? *How many yams did you buy?*
Ọmọ mélŏ ni o ní? *How many children have you?*

Èlŏ? denotes *How much?* in terms of money.
Élŏ ni o rà aṣọ yìí? *For how much did you buy this cloth?*
Élŏ? *How much?*
Élŏ ni? *How much is it?*

Níbo? *Where?*
Níbo ni o ńlọ? *Where are you going?*
Níbo ni ó wà? *Where is it?*
Níbo ni o wà? *Where are you?*
Níbo (Nibo ni) *Where?*

Síbo? *Where? (To what place?)*
Mo ńlọ lọ́la. *I am going tomorrow.*

Sibo? *Where?*
Sibo l' o nlo? *Where are you going?*

Èwo? (Èwo ni? Èwo l') *Which?*
Èwo l' o fẹ́? *Which one do you want?*
Èwo l' o wí? *Which (what) do you say? (What do you say to it?)*
Èwo l' èwo? *Which is which? (Have you some news for me?)*

Wo? Which? (used after a noun)
Irú wo . . . *Which?*; *Which kind?*; *What particular brand?*
Irú wo ni o fẹ́? *Which* (*what*) *kind do you want?*
Irú ọmọ wo ni yẹn? *What kind of child is that?*
Irú ilé wo ni o kọ́? *What kind of house did you build?*

Nígbàwo? (Ni-ìgbà-wo) (*at-time-which?*) *At what time?* (*When?*)
Nígbàwo ni o dé? *When did you arrive?*
Nígbàwo? *When?*

Nísáàwo? *At what time?* (*When?*)
This is more definite than **nígbàwo** because **nísáàwo** demands an event which was taking place in order to substantiate the answer to the question.
Mo fi ìwé fún Olú. *I gave the book to Olu.*
Nísáàwo? *When?* (*At what time?* or *What was I doing at the time?* or *What was happening at the time the book was given to Olu?*)
Nísáàwo ni Olú dé? *When did Olu arrive?*
Ó dé ni déédéé agogo mẹ́ta. *He arrived at about 3 o'clock.*

Báwo? *How? What does it look like?*
Báwo ni iṣẹ́ ti ńlọ sí? *How is your work progressing?*
Báwo ni ọmọ náà ti rí? *What does the boy look like?*

Tani? *Who?* (For living things)
Tanì yẹn? *Who is that?*
Tani rí? *Who was it?* (*Who was the person?*)
Tani o ḿbèrè? *For whom are you asking?*
Taní ni ìwé yìí? *Who is the owner of this book?*

Ti tani? *Whose?*
Ti tani ilé yìí? *Whose house is this?*
Ti tani ìwé yìí? *Whose is this book?*

Kíni? *What?* (for non-living things)
Kíni o nṣe? *What are you doing?*
Kíní dé? *What is the matter?* (*What has happened?*)
Kíni orúkọ rẹ? *What is your name?*
Kíni? **What?** (*What is it?*)

Èétirí or **Kíni ṣe?** *Why?*
Kíni ṣe tí o ńké? *Why are you crying?*
Èétirí ti o pẹ́? *Why have you come late?*
Èétirí ti o r'ojú koko? *Why do you frown so seriously?*

Èétiṣe, *Why?*
Èétiṣe ti o kò jókŏ? *Why did you not sit?*

Èéṣe? *Why?*
Èéṣe ti o lọ? *Why did you go?*
Èéṣe ọ̀? *Why do you look troubled?*

Básí? *Why?* (This is common among the Ẹgba people)
Bási o ṣe mú ìwé mi? *Why did you take my book?*

Àbí or **Tàbí?** *Yes* or *no? Is it not so? Is there anything to the contrary?*
Mo fún Òjó ni ṣílè méjì. Tàbi? *I gave Ojo two shillings. Is it not so?* (*Didn't I?*)
Ṣé Olú ńlọ lọ́la? Tàbí? *Olu is going tomorrow is he not?*

Báyìí? *Now? So soon? So early? Are you sure?*
Ẹ̀gbọ́n mi ọkùnrin ńlọ sí ilé. *My brother is going home.*
Báyìí? *Now?* (*So soon?*)
Mo jẹun, mo yó. *I have eaten and I am satisfied.*
Báyìí? Enough? *Are you sure?*

Bí? is placed at the end of a sentence to make it a question.
Ìyá jókŏ sórí àga. *Mother sat on the chair.*
Ìyá jókŏ sórí àga bí? *Did mother sit on the chair?*
Ọmọ rere ni bí? *Is he a good child?*

Ha? is placed after the subject of a sentence to make the sentence a question.
Ó rí mi. *He saw me.*
Ó ha rí mi? *Did he see me?*
Ó jókŏ. *He sat down.*
Ó ha jókŏ? *Did he sit down?*

Ha . . . bí are sometimes used together to change a sentence into a question.
Ó rí mi. *He saw me.*
Ó **ha** rí mi **bí**? *Did he see me?*
Ohun tí ó rí dára púpọ̀. *What he saw was very good.*
Ohun tí o rí **ha** dára púpọ̀ **bí**? *Was what he saw very good?*

Láti ibo? *From where?*
Láti ibo l' ó ti ḿbọ̀? *From where was he coming?*
Túndé yio dé lọ́la. *Tunde will arrive tomorrow.*
Láti ibo? *From where?*

Nítorí tani? *On account of whom? For whom?*
Nítorí tani o ṣe ńṣiṣẹ́? *On account of whom are you working?*

Nítorí kíni? *On account of what? For what reason? Why?*
Nítorí kíni o se sun? *Why did you sleep?*
Nítorí kíni Olú kò ṣe wá? *Why did Olu not come?*

Nípa tani? *About whom?*
Nípa tani ẹ ńsọ̀rọ̀? *About whom were you talking?*

Nípa kíni? *About what?*
Nípa kíni ẹ ńsọ̀rọ̀? *About what were you talking?*

Note: Sometimes the way a question is put directs the person who is to answer.

(1) When **Ṣe** is used, the answer may be *Yes* or *No*.
Ṣé Òjó lọ lánǎ? *Did Ojo go yesterday?*
Bẹ́ẹ̀ni, Òjó lọ lánǎ. *Yes, Ojo went yesterday.*
Bẹ́ẹ̀-kọ́, Òjó kò lọ lánǎ. *No, Ojo did not go yesterday.*

(2) When **Ǹjẹ́** is used, a negative reply is expected.
Ǹjẹ́ ọmọ náà lè jẹun? *The child couldn't eat, could he?*
Kò lè jẹun. *No, he couldn't (eat).*

(3) When **Àbí** or **Tàbí** is used, we expect an answer in the affirmative to confirm what we have said.
Olú lọ sí ilé ní àná. Àbí? *Olu went home yesterday. Didn't he?*
Bẹ́ẹ̀-ni, ó lọ. *Yes, he did.*

Mood

Mood shows in what relation to reality the speaker places the action or state expressed by the verb. The moods are

The indicative[1]

The imperative

The oblique: Subjunctive I
Subjunctive II
Potential mood

The mood of purpose.

[1]The moods do not necessarily affect the structure of the indicative sentence except for the addition of certain function-words, e.g. **bí . . . bá; ìbá**.

The indicative mood

This shows that the speaker considers the action or state denoted by the predicate to be fact and affirms or negates its existence.
Àwá lọ sí ilé. *We went home.*
Mo sùn. *I slept.*
Bádé kò jókǒ sórí àpótí. *Bade did not sit on the box.*
Òjò kò rọ̀. *It did not rain.*
Fábùnmi párí ọ̀rọ̀ rẹ̀. *Fabunmi ended his speech.* (O. Fagbamigbe, *Ogun Kiriji*, p. 20)
Ìgbà mjì ni a ńkó irè iṣu. *Twice, we harvest yams.* (J. F. Ọdunjọ *Alawiye* 5, p. 56)

The imperative mood

This mood is when the speaker urges the person addressed to fulfil an action. This may be expressed in the form of a command, a request or a warning. The verb comes first in an expression of the imperative mood.
Múra láti lọ. *Get ready to go.*
Wá níbí. *Come here.*
Tì fèrèsé yẹn. *Close (shut) that window.*
Mú àtùpà kí o tètè tún un ṣe. *Take the lamp and adjust it quickly.* (J. F. Ọdunjọ, *Agbàlọ̀wọ̀mérǐ Balẹ̀ Jòǹtolo*)

If the request or command is directed to a third person, the phrase **Jẹ́ kí** is used.
Jẹ́ kí Òjó ṣí fèrèsé náà. *Let Ojo open the window.*
Jẹ k' ọdẹ̀dẹ̀-ọlọ́dẹ̀dẹ̀ r' ojú. *Let other people's homes be at peace.* (J. O. Laṣhore, *Gbéjẹ-o-níyì* II, p. 4)

For the negative imperative, **Má** or **Má ṣe** are used.
Má lọ. *Don't go.*
Má ṣe aláìní ọ̀rẹ́. *Don't be without friends.* (A. K. Ajíṣafẹ́, *Aiye Àkàmara*, p. 34)
Má ṣe fi ìwà jọ mi. *Don't be like me.* (J. O. Ajibọla, *Owe Yoruba*, p. 26)
Má ṣe mi ọkàn. *Don't be afraid.*

Note: When two commands come together, the **Ma ṣe** in the second command is separated by the conjunction **si**.

Má ṣe kàwé, má sì ṣe kọ̀wé. *Don't read and don't write.*
Má ṣe aláìní ọ̀rẹ́, má sì ṣe dalẹ̀ ọ̀rẹ́. *Don't be without friends, and do not betray friends.* (A. K. Ajíṣafẹ́, *Aiye Àkàmarà*, p. 34)

The oblique moods

The function of the oblique moods is to represent something in the speaker's mind not as a real fact, but as a wish, purpose, supposition, doubt or condition, problematic or contrary to fact. When the speaker expresses his wish by using one of the oblique moods, he merely communicates to the hearer what he considers desirable. This is the main difference between the oblique moods and the imperative.

When using the imperative mood, the speaker directly urges the person addressed to fulfil his order or request, e.g. **Gbé omi wá** . . . *Bring water*. (In this case the speaker gives a command.) In an oblique mood, the speaker merely informs the hearer of what he considers desirable, indicating at the same time that his wish contradicts the actual state of things.

Iwọ ìbá gbé omi wá èmi ìbá mu ú. *If you had brought water, I could have drunk it.*

Bí o bá gbé omi wá, emi yio mu ú. *If you bring water, I shall drink it.*

The oblique moods

(a) The subjunctive I

(b) The subjunctive II

The subjunctive mood I

This represents an action as problematic, but not as contradicting reality. It is used to express an order, request, suggestion, supposition or even purpose. The realization of the action may depend on certain circumstances, but the circumstances are not contrary to fact. **bí, bí** . . . **bá, tí** . . . **bá** are used in expressing Subjunctive Mood I. (Ref. I. O. Delanọ, *Atumọ Ede Yoruba*, Conditional 2, p. xxix.)

Bí mo fẹ́, mo lè jẹun, bí mo fẹ́, mo lè sùn. *If I like, I can eat; if I like, I can sleep.*

Bí a bá fojúkàn Ànọ́bì, a ó ti ṣe? *If we meet Ànọ́bì, what shall we do?*

B' o bá dá l'ápá . . . ng o b'ọ tò o. *If you break your arm, I shall set it for you.*

T' ápá rẹ tàb'ẹsẹ̀ rẹ bá ṣẹ́, nwọn lè tò egungun ibẹ̀. *If your arm or your leg is broken, they (doctors) can reset the bones.* (Adeboye Babalọla)

Negative: For the negative construction, the **kò** is placed before the **bá**.

Bí emi kò bá fẹ́ emi kì yíó lọ. *If I do not want to, I shall not go.*

Bí iwọ kò bá dá l'ápá iwọ kì yio rí oníṣegùn. *If you do not break your arm, you will not see the doctor.*
Kì is sometimes used. It is also placed before the **bá**.
Bí iwọ kì bá jẹun, ng o bínú. *If you don't eat, I shall be annoyed.*

The subjunctive mood II

This represents an action contrary to reality. The unreality of the action is due to the absence of necessary circumstances on which the realization of the action depends. The subjunctive mood is mainly used in sentences of unfulfilled condition.

ìbá, bí . . . bá . . . ìbá are used in this mood.
Òjò ìbá rọ̀, ìbá dára. *Had it rained, it would have been a good thing.*
Ìbá ṣe pé o wà níbẹ̀, ìwọ ìbá rí i. *Had you been there, you could have seen him.*
Bí o bá ṣiṣẹ́, ìwọ ìbá gbà owó. *If you had worked, you could have got money.*
Ng bá wá. *I could have come.*
(I. O. Delanọ, *Atumọ Ede Yoruba,* Conditional I, p. xxviii)

Negative: **kò** is placed before the **bá**, and **má** is placed after the **bá**.
Bí ìwọ **kò bá** ṣiṣẹ́, ìwọ kò bá gba owó. *If you had not worked, you could not have got money.*
Bàbá ìbá má wǎ, òun ìbá má lọ. *Had father not come, he could not have gone.*

Note:

(1) **ìbá** is used with personal names and the following personal pronouns: **èmi, àwa, ìwọ, ẹ̀nyin, òun, awọn,** and **nwọn**.

(2) **Ng, A, Ẹ** and **O** (*he, she, it*) are not used with **ìbá** except in the **bí . . . bá** clause.

(3) **O** (*you, singular*) when used with the **ìbá** takes a heavy tone. Ò bá lọ iwọ, iba rii dára. *Had you gone, you could have seen him.*

(4) **Mo** is not used with **ìbá**, but it is used in the **bí . . . bá** clause. Bí mo bá lọ, emi yio rí i. *If I go, I shall see him.*

The potential mood

This mood may be grouped with the subjunctive mood. The potential mood is the mood of power, possibility, liberty or obligation. In this mood, **lè, nílati, gbodọ̀** and the phrases **ó yẹ** and **ó to** are used.

These words denote neither actions nor states but, combined with the verb, they show that the action or state expressed by the verb is considered as possible, desirable or necessary.
Èmi lè lọ. *I can (may, could, might) go.*
Bàbá gbọ́dọ̀ lọ. *Father must go.*
Ìwọ kò gbọ́dọ̀ jalè. *You must not steal.*
Ó lè dì ẹlẹ́dẹ̀. *It can turn into a pig.* (J. F. Ọdunjọ, *Alawiye*, 6, p. 37)
Ó níláti ṣiṣẹ́. *He must work.*
Ó yẹ kí o lọ. *It is necessary that you go.*
Ó tọ́ kí ìyá tọ́jú ọmọ rẹ̀. *It is necessary for the mother to take care of her child.*

The mood of purpose

This mood expresses aims and objects. It may be called the mood of the double verb.

(1) Mo fẹ́ jẹun. *I want to eat.*

The first verb **fẹ́** (*want, wish, like*) is the expressing verb and the second verb **jẹun** (*to eat*) completes what is wished for. A second verb expressing an additional purpose may even be added.
Mo fẹ́ lọ jẹun. *I want to go and (to) eat.*

(2) Sometimes **láti** is placed before the verb to express purpose.
Mo fẹ láti ṣe e. *I wish to do it.*
Nwọn fẹ́ láti lọ síbẹ̀. *They wish to go there.*
Òjó dé láti ṣiṣẹ́. *Ojo arrived to (in order to) work.*
Nwọn fẹ́ lọ jẹun àti láti sùn. *They wanted to go and eat and to sleep.*
Nwọn dìde lọ múra láti gbé ẹrù wọn, lati gbà owó àti láti padà sí ìlú wọn. *They got up to go and get ready, to pick up their loads, to take money and to return to their own country.*

(3) **kí** (*so that, that* as a conjunction) is used in an expression of mood of purpose.
Bádé jí Àjàyí **kí** ó jẹun. *Bade woke up Ajayi to eat.*
Ìyá pè Moji **kí** ó wá jókǒ. *Mother called Moji to come and sit down.*

(4) In formal prose an **i** is prefixed to a verb to show purpose or something possible as a general rule.
Mo mọ̀ ẹja **í-jẹ**. *I enjoy/like eating fish.*
Mo mọ̀ ìwé **í-kà**. *I can read.*
Ó bẹ̀rẹ̀ sí **í-lọ**. *He started to go.*

Ìjọba rẹ̀ sì ṣòro **í-ṣe**. *It is difficult to obey all the laws made by his government.* (J. F. Ọdunjọ, *Alawiye 6*, p. 118)
Ọkùnrin ẹgbẹ rẹ̀ ki **i-mu** obirin wọn lọ. *Men like him do not take their wives along.* (J. F. Ọdunjọ, *Alawiye 6*, p. 125)

Note: The **i** attached to the verbs in bold type has no grammatical significance. It does not fall into the pattern of word-building from verbs like **mọ̀**, *to know*; **ìmọ̀**, *knowledge*; or **ṣe**, *to do*; **ìṣe**, *behaviour*.
In speech, it is the last vowel of the word before such verbs which is extended with a *high tone* on it, no matter what might be the tone on the last vowel of word extended.
Ó mọ̀ iṣẹ́ í-ṣe should read Ó mọ iṣẹ́ (ẹ́) ṣe. *He does good work.*
Ó mọ̀ ìwé í-kà should read Ó mọ ìwé (é) kà. *He can read.*
Ó mọ̀ abẹ̀bẹ̀ í-hun should read Ó mọ abẹ̀bẹ̀ (ẹ́) hun. *She can weave fans.*
Ó mọ̀ ọmọ í-pọ̀n should read Ó mọ ọmọ (ọ́) pọn. *She can carry a child on the back.*

Chapter 15

Numerals

Cardinal numerals

1 oókan
2 eéjì
3 ẹẹ́tà
4 ẹẹ́rin
5 aárǔn
6 ẹ́ẹfà
7 eéje
8 ẹẹ́jọ
9 ẹẹ́sǎn
10 ẹẹ́wǎ
11 oókànlá
12 eéjìlá
13 ẹẹ́tàlá
14 ẹẹ́rìnlá
15 ẹẹ́dògún
16 ẹẹ́rìndílógún (*20*–*4*)
17 ẹétàdílógún (*20*–*3*)
18 eéjìdílógún (*20*–*2*)
19 oókàndílógún (*20*–*1*)
20 ogún
21 oókànlélógún (*20*+*1*)
22 eéjìlélógún (*20*+*2*)
23 ẹẹ́tàlélógún (*20*+*3*)
24 ẹẹrìnlélógún (*20*–*4*)
25 ẹẹ́dọ̀gbọ̀n
26 ẹẹ́rìndílọ́gbọ̀n (*30*–*4*)
27 ẹẹ́tàdílọ́gbọ̀n (*30*–*3*)
28 eéjìdílọ́gbọ̀n (*30*–*2*)
29 oókàndílọ̀gbọ̀n (*30*–*1*)
30 ọgbọ̀n
10 ẹẹ́wǎ
20 ogún
30 ọgbọ̀n
40 ogójì
50 àádọ́ta
60 ọgọ́ta
70 àádọ́rin
80 ọgọ́rin
90 àádọ́rǔn
100 ọgọ́rǔn
110 àádọ́fà
120 ọgọ́fà
130 àádóje
140 ogóje
150 àádọ́jọ
160 ọgọ́jọ
170 àádọ́sǎn
180 ọgọ́sǎn
190 àádọ́wǎ
200 igba; ọgọ́wǎ

Note:

35 a árŭndílógójì (*40*−*5*)
45 a árŭndílâdọ́ta (*50*−*5*)
55 a árŭndílọ̀gọ́ta (*60*−*5*)
65 a árŭndílâdọ́rin (*70*−*5*)
75 a árŭndílọ̀gọ́rin (*80*−*5*)
85 a árŭndílâdọ́rŭn (*90*−*5*)

Note: For counting objects, *one* (*1*) is **éní** and *2* to *10* are **èjì, ẹ̀ta, ẹ̀rin, àrún, ẹ̀fà, èje, ẹ̀jọ, ẹ̀sán, ẹ̀wá**. From *11* upwards, count as under 'numeral adjectives', that is, **mọ́kànlá, méjìlá, mẹ́tàlá, mẹ́rìnlá, mẹ́ẹ̀dógún, mẹ́rìndílógún**, etc.

After *200* the calculation is done in terms of *20* thus

20 okŏ (okòó)
40 òjì
60 ọ̀ta
80 ọ̀rin
220 okŏlénígba
240 òjìlénígba (òjìlúgba)
260 ọ̀tàlénígba; ọ̀tàlúgba
280 ọ̀rìnlénígba; ọ̀rìnlúgba

Notice how these numbers are said: *231*, *245*, *276*, *288*.

231 = *200*+*20*+*11* = okŏlénígba àti ókànlá
245 = *200*+*40*+ *5* = òjìlénígba àti àrŭn
276 = *200*+*60*+*16* = ọ̀tàlénígba àti ẹ́rìndílógun; *or* ọ̀rìnlúgba-ó-dín ẹ́ẹ́rin
288 = *200*+*80*+ *8* = ọ̀rìnlénígba ati ẹ́jọ

200 igba
300 ọ̀ọ́dúnrún
400 irínwó
500 [1]ọ̀ọ́dẹ́gbẹ̀ta; ẹ̀ẹ́dẹgbẹ̀ta
600 ẹgbẹ̀ta; (igba-mẹ́ta)
700 ọ̀ọ́dẹ́gbẹ̀rin; ẹ̀ẹ́dẹ́gbẹ̀rin
800 ẹgbẹ̀rin; (igba merin)
900 ọ̀ọ́dẹ́gbẹ̀rŭn; ẹ́ẹ́dẹ́gbẹ̀rŭn
1000 ẹgbẹrŭn; (igba marun)

The calculation continues in terms of *200* as above.

2000 ẹgbàá (igba mẹ́wă)
3000 ẹgbẹ̆dógún (igba medógún)
4000 ẹgbàájì (ẹgbàá méjì)
5000 ẹgbẹ̆dọ́gbọ̀n
6000 ẹgbàáta
7000 ẹ̀ẹ́dẹ́gbărin
8000 ẹgbàárin (ẹgbărin)
9000 ẹ̀ẹ́dẹ́gbàárŭn (ẹdẹ́gbărŭn)
10000 ẹgbàárŭn (ẹgbàá márŭn) (ẹgbărŭn)

[1]J. F. Ọdunjọ (**Alawiye** 6, pp. 52-53) wrote 500 as **ọ̀dẹ́gbeta**. But instead of the ọ Abraham (*Dictionary of Modern Yoruba*, p. XXXVI) wrote ẹẹ. Thus 500, according to Abraham is **ẹ̀ẹ́dẹ́gbẹ̀ta.**

Calculations continue in terms of *20,000* which is **ẹgbààwǎ**, normally called **ọ̀kẹ́ kan**.

20,000	ọ̀kẹ́ kan	*100,000*	ọ̀kẹ́-márǔn
30,000	ọ̀kẹ́-kan-ààbọ̀ (*20,000+10,000*)	*200,000*	ọ̀kẹ́-mẹ́wǎ
		300,000	ọ̀kẹ́-mẹ́ẹ̀dógún
40,000	ọ̀kẹ́-meji	*400,000*	ogún-ọ̀kẹ́
50,000	ọ̀kẹ́-méjì-ààbọ̀ (*40,000+10,000*)	*500,000*	ọ̀kẹ́-mẹ́ẹ̀dọ́gbọ̀n
		600,000	ọgbọ̀n ọ̀kẹ́
60,000	ọ̀kẹ́-mẹ́ta	*700,000*	ọ̀kẹ́-márùndílógójì
70,000	ọ̀kẹ́-mẹ́ta-ààbọ̀	*800,000*	ogójì-ọ̀kẹ́
80,000	ọ̀kẹ́-mẹ́rin	*900,000*	ọ̀kẹ́-márùndíláàdọ́ta
90,000	ọ̀kẹ́-mẹ́rin-ààbò	*1,000,000*	áàdọ́ta-ọ̀kẹ́.

Ordinal numerals

Positions are as follows:

1st, èkíní	*11th*, ìkọ́kànlá
2nd, èkejì	*12th*, èkejìlá
3rd, ẹ̀kẹ́ta	*13th*, ẹ̀kẹtàlá
4th, ẹ̀kẹ́rin	*14th*, ẹ̀kẹrìnlá
5th, ẹ̀kárǔn	*15th*, ẹ̀kẹẹ̀dógún
6th, ẹ̀kẹfà	*16th*, ẹ̀kẹ́rìndílógún
7th, èkéje	*17th*, ẹ̀kẹ́tàdílógún
8th, ẹ̀kẹ́jọ	*18th*, èkejìdílógún
9th, èkẹ́sǎn	*19th*, ìkọkàndílógún
10th, ẹ̀kẹ́wǎ	*21st*, ìkọkànlélógún

For *20th*, *30th*, *40th*, etc.:
20th, ipò ogún (ipò = place)
30th, ipò ọgbọ̀n
40th, ipò ogójì, etc.

When the object which an ordinal numeral adjective qualifies is expressed, the **e** or **ẹ** prefixed to the adjective is normally *dropped,* hence **ọmọ kéje**, *the seventh boy*; **ọmọ kẹ́jọ**, *the eighth boy*, etc.

However, when the subject is not stated, the **e** or **ẹ** is expressed, hence **ẹ̀kẹ́jọ**, *the eighth*, **ẹ́kẹ́wǎ**, *the tenth.*
Ọmọ kẹ́fà nì yìí. *This is the sixth child.*
Ẹ̀kẹ́fà ni mo fẹ́. *I want the sixth. It's the sixth I want.*

Numeral adjectives

When *one* (*1*) is an adjective as in *one book* or *a book* **ìwé kan.**
Ọmọ kan, *a boy* Ilé kan, *a house*

But from *2* **(èjì)** upwards, the cardinals are prefixed with **m** thus **èjì** becomes **m-éjì** = **méjì** (an adjective).

ìwé méjì, *two books*	ìwé méje, *seven books*
ìwé mẹ́ta, *three books*	ìwé mẹ́jọ, *eight books*
ìwé mẹ́rin, *four books*	ìwé mẹ́sǎn, *nine books*
ìwé márǔn, *five books*	ìwé mẹ́sǎn, *nine books*
ìwé mẹ́fà, *six books*	ìwé mẹ́wǎ, *ten books*

But for figures like *20*, *30*, etc. no prefix is used. Furthermore, the adjective precedes the noun. Thus:

ogún ìwé, *twenty books*	ọgọ́rin ìwé, *eighty books*
ọgbọ̀n ìwé, *thirty books*	àádọ́rǔn ìwé, *ninety books*
ogójì ìwé, *forty books*	ọgọ́rǔn ìwé, *one hundred books*
àádọ́ta ìwé, *fifty books*	òjìlúgba ìwé, *two hundred and forty books*
ọgọ́ta ìwé, *sixty books*	
àádọ́rin ìwé, *seventy books*	

Note:
241 books = òjìlúgba ìwé àti ọkan
657 books = òjìlélẹ́gbẹ̀ta ìwé atí mẹ́tàdílógún *or*
ọ̀tàlélẹ́gbẹ̀ta ìwé ó dí mẹta

Adverbial numerals

ọ̀kọ̀ọ̀kan, *one by one*
méjìméjì, *in twos*
mẹ́tamẹ́ta, *in threes*
mẹ́rinmẹ́rin, *in fours*, etc.
Nwọn tò ní méjìméjì. *They lined up in twos.*
Nwọn kó iṣu náà ní mẹ́tamẹ́ta. *They took the yams in threes.*
Ilé mẹ́rinmẹ́rin ni nwọn kọ́. *They built four houses each.*

It will be realized that the numerals are duplicated. But in numbers like *20*, *30*, *40*, etc. there is a difference in expression.

20, ogogún, *in twenties*	*200*, igbigba
30, ọgbọgbọ̀n, *in thirties*	*300*, ọ̀rọ̀ọ̀dúnrún
40, ogogójì, *in forties*	*400*, irinrínwó
50, àrààdọ́ta, *in fifties*	*500*, ẹ̀rẹ̀ẹ̀dẹ́gbẹ̀ta
60, ọgọgọ́ta, *in sixties*	*600*, ẹgbẹgbẹ̀ta
70, àrààdọ́rin, *in seventies*	*700*, ẹ̀rẹ̀ẹ̀dẹ́gbẹ̀rin
80, ọgọgọ́rin, *in eighties*	*800*, ẹgbẹgbẹ̀rin
90, àrààdọ́rǔn, *in nineties*	*900*, ẹ̀rẹ̀ẹ̀dẹ́gbẹ̀rǔn
100, ọgọgọ́rǔn, *etc.*	*1,000*, ẹgbẹgbẹ̀rǔn

Awọn ṣọ́jà duro ní ẹ̀rẹ̀ẹ̀dẹ́gbẹ̀ta. *Soldiers stood in groups of five hundred.*

Adverbs like *once, twice, thrice,* etc. in English are expressed in Yoruba thus:
once, ẹ̀ẹ̀kan *or* ìgbà kan *or* lẹ́ẹ̀kan
twice, ẹ̀ẹ̀méjí *or* ìgbà mejj *or* lẹ́ẹ̀mejì
thrice, ẹ̀ẹ̀mẹ́ta *or* ìgbà mẹ́ta *or* lẹ́ẹ̀mẹta
four times, ẹ̀ẹ̀mẹ́rin *or* ìgbà mẹ́rin *or* lẹ́ẹ̀ mẹnin
Ọkùnrin náà wá síbí ní ẹ̀ẹ̀mẹ́rin.
Ọkunrin náà wá síbí lẹ́ẹ̀mẹrin. } *The man was here four times.*

Other expressions

méjèèjì, *all two*
mẹ́tẹ̀ẹ̀ta, *all three*
mẹ́rẹ̀ẹ̀rin, *all four*
márààrún, *all five*
mẹ́fẹ̀ẹ̀fà, *all six*
méjèèje, *all seven*
mẹ́jẹ̀ẹ̀jọ, *all eight*
mẹ́sẹ̀ẹ̀sán, *all nine*
mẹ́wẹ̀ẹ̀wá, *all ten*

mọ́kọ̀ọ̀kànlá, *all eleven*
méjèèjìlá, *all twelve*
mẹ́tẹ̀ẹ̀tàlá, *all thirteen*
mẹ́rẹ̀ẹ̀rìnlá, *all fourteen*

mẹ́rẹ̀ẹ̀rìndílógún, *all sixteen*
mẹ́tẹ̀ẹ̀tàdílógún, *all seventeen*
méjèèjìdílógún, *all eighteen*
mọ́kọ̀ọ̀kàndílógún, *all nineteen*

As a general rule, **gbogbo** is used before all other numbers to mean *all.*
gbogbo mẹ́ẹ̀dógún, *all fifteen*
gbogbo ogún, *all twenty*
gbogbo ọgbọ̀n, *all thirty*

For *multiplication* we use the words **lọ́nà**, **nígbà** or **ní ìlọ́po**.
Ẹ̣́wǎ lọ́nà méjì jẹ́ ogún.
Ẹ̣́wǎ nígbà méjì jẹ́ ogún. } *Ten in two places is twenty.*
Ẹ̣́wǎ ní ìlọ́po méjì jẹ́ ogún. *Ten two times is twenty.*

For division the construction is as follows:
Fi éjì pín ẹ́wǎ. *Use two to divide ten.*

Money[1]

Before the advent of the Europeans, the Yoruba used cowry shells as money. These were packed into a big bag containing 20,000 cowries. This was known as **ọ̀kẹ́-kan**. This is the equivalent of *five shillings* (*5s*). You do not hear money being counted this way very frequently today

[1]See *Akede Eko*, 14th September 1957, p. 8.

because most of the coins are called by names of foreign origin. Here is a table of the various parts of **ọ̀kẹ́-kan**.

ọ̀kẹ́ kan	*20,000*	ṣílè márŭn	*5s* (ẹgàábwă)
ẹgbărŭn	*10,000*	sile méjì-àbọ̀	*2s 6d* (ẹgbàárŭn)
ẹgbẹ̀rin	*8,000*	sile méjì	*2s*
ẹ̀dẹ́gbẹ̀rin	*7,000*	sile méjìdítọ́rọ́	*1s 9d*
ẹgbẹ̀ta	*6,000*	sile kan àbọ̀	*1s 6d*
ẹgbẹ̀dọ́gbọn	*5,000*	sile kan àti tọ́rọ́	*1s 3d*
ẹgbààjì	*4,000*	ṣílè kan	*1s*
ẹgbàá	*2,000*	sísì	*6d*
ẹgbẹ̀rŭn	*1,000*	tọ́rọ́	*3d*
ọ̀ódúnrún	*300*	kọ́bọ̀	*1d*
àadọ́jọ	*150*	épìnnì	$\frac{1}{2}$*d*
ọgbọ̀nwó	*30*	ọ̀níní	*a tenth of a penny*

A sum of money like *17s 6d* is **ọ̀kẹ́ kan-obọ̀**
£1 5s **ọ̀kẹ́ márún**
£7 **ọ̀kẹ́ méjìdílọ́gbọ̀n**

Today:
9d (nine pence) is called **ná-ín (náyín)**
£1 is called **pọ́wùn kan**
£50 is called **ìdájì àpò**
£100 is called **àpò kan**

For fractions we use the word **dá**, *to break.*
ìdájì = ìdá méjì = *half.*
Hence,
ìdáta, *a third.*
ìdárin, *a fourth*;
ìdárŭn, *a fifth*;
ìdáwă, *a tenth.*
But
$\frac{3}{4}$ = ìdámẹ́rin-mẹ́ta;
$\frac{3}{8}$ = ìdámẹ́jọ-mẹ́ta;
3/7 = ìdáméje-mẹ́ta.

Chapter 16

Time

ọrọrún *or* ọjọ́ márŭn-márŭn, *every five days*
isisán *or* ọjọ́ mẹ́sǎn-mẹ́sǎn, *every nine days*
ìjárŭn, *five days ago*
ọjọ́ márŭn, *five days to come*
ìjẹ́sǎn, *nine days ago*
ọjọ́ mẹ́sǎn, *nine days to come*
ijijọ́-méjìlá, (ọjọjọ́-méjìlà) *every twelve days*
ìtìtàlá, *every thirteen days*
ìtìtàdógún (ọjọ́ mẹ́tàdílógún-mẹ́tàdilógún), *every seventeen days*
ijíjọ-mọ́kàndílógún (ọjọjọ́-mọ́kàndílógún), *every nineteen days*
ìfà *or* ìfàní, *six days to come*
ìje, *seven days*
ẹ̀hìn ìfà; ẹ̀hìn ìfàní, *the day after the sixth day*
ìkànlélógún, *twenty-one days*
ìtàlélọ́gbọ̀n, *thirty-three days*
ẹ̀ṣí, *last year*
ìdúnta, *three years ago* (i.e. *including the present year*)
ìdúnrin, *four years ago* (i.e. *including the present year*)
ìdúnrŭn, *five years ago* (i.e. *including the present year*)
(this continues in this pattern until *ten years ago*)

After ten years the construction is generally like this:
ọdún mọ́kànlá sẹ́hìn, *eleven years ago* (literally *11 years back*)
ọdún mẹ́ẹ̀dógún sẹ́hìn, *fifteen years ago*
ọdún mẹ́tàlélógún sẹ́hìn, *twenty-three years ago*

Years, months, and days of the week

ọdún, *year*

ọjọ́, *day*

oṣù, *month* | wákàtí, *hour*
ọ̀ṣẹ̀, *week* | iṣ̀ẹ́jú, *minute*

Seasons of the year

Ìgbà òjò, *rainy season*
Ìgbà ẹ̀ẹ̀rùn, *dry season*
Ìgbà òtútù, *cold season*
Ìgbà òwòrẹ́, *wet season*
Ìgbà ọyẹ́, *harmattan season* (*December to February*)

Ìgbà Òjò is divided into two
Òjò ọrọ̀dún. *The main rainy season of the year. This occurs from the end of April to August.*
Òjò àrọ̀kúrò. *The late-rain which occurs from about the end of August to November.*

The months of the year

The name of each month of the year is associated with the worship of one god or another, and so the name varies as one moves from one locality to another. But the generally accepted names are as follows:

Oṣù Ṣẹ̀rẹ́, *January*
Oṣù Èrèlé, *February*
Oṣù Ẹ̀rẹ̀nà, *March*
Osù Ìgbé, *April*
Osù Ẹ̀bìbì, *May*
Osù Òkúdu, *June*
Oṣù Agẹmọ, *July*
Oṣù Ògún, *August*
Oṣù Òwewe, *September*
Oṣù Ọ̀wàrà, *October*
Oṣù Bélú, *November*
Oṣù Ọ̀pẹ, *December*

These names are only used by very old people. Most people name the months in order of sequence. Hence *January* is known as **Oṣù kíní Ọdún**; *February* as **Oṣù kéjì Ọdún**; *March* as **Oṣù kẹ́ta Ọdún**, etc.

Time of day

àfẹ̀mọ́júmọ́, *early in the morning*
kùtùkùtù, *early in the morning* (later than **àfèmọ́júmọ́**)
òwúrọ̀, *morning*
ọ̀sán, *afternoon* (*after 12 noon*)
ìrọ̀lẹ́, *evening*
àṣálẹ́, *evening* (later than **irole**)
alẹ́, *evening* (between 8 p.m. and 11 p.m.)
òru, *around midnight*

ònì[1], *today*
àná, *yesterday*
ìjẹ́ta, *the day before yesterday*
ọ̀túnla, *the day after tomorrow*
ìjẹ́rin, *four days ago* (counting the day on which you are talking as one day)
ọjọ́ mẹ́rin, *four days to come* (counting the day on which you are talking as one day)
ojojúmọ́, *daily*
ọ̀sọ̀ọ̀sẹ̀, *weekly*
oṣoṣù, *monthly*
ọdọdún, *yearly*
Òòrùn ran lójojúmọ́. *The sun shines every day.*
À ńwẹ̀ ní ọ̀sọ̀ọ̀sẹ̀. *We have our bath every week.*
Mo sànwo ní oṣoṣù. *I pay every month.*
À ńrà aṣọ ní ọdọdún. *We buy clothes every year.*

When these adverbs of time come first in a sentence, the preposition may be omitted. Thus:
Ojojúmọ́ ni òòrùn ńràn. *The sun shines every day.*
Ọ̀sọ̀ọ̀sẹ̀ l' a ńwẹ̀. *We wash every week.*

The days of the week

Monday, Ọjọ́-Ajé (the Day of Financial Success)
Tuesday, Iṣẹ́gun (the Day of Victory)
Wednesday, Rírú (Ọjọ́rú) (the Day of Confusion)
Thursday, Àṣẹ̀ṣẹ̀dáiyé (Ọjọ́bọ̀) (the Day of New Creations)
Friday, Ẹtì (the Day of Trouble)
Saturday, Àbámẹ́ta (the Day of Three Resolutions)
Sunday, Àìkú (the Day of Immortality)

J. O. Ajibọla, in his book *Owe Yoruba,* has the following notes on Yoruba names of the days of the week.

[1]To emphasize each of the days in this group **ol** is prefixed to the day; the word thus formed is placed immediately after the word mentioned, e.g. **ọ̀ní . . . olóni; ọ̀la . . . olóla; ọ́dún yìí . . . ọlọdun yìí.**
Ònì olóni ni mo dè. *I arrived just today.*
Ọ̀la ọlọ̀la ni ng o lọ. *I shall go definitely the day after tomorrow.*
Ọdún yìí ọlọ́dún yìí. *This very year.*
Ref. J. F. Odunjọ, *Agbalọwọmeri,* p. 34, 'Ní ọla ọlọ̀la ni a ó lọ síbẹ̀'.
It is tomorrow (not on any other day) that we shall go there.

'Both Monday and Tuesday are regarded among the Yorubas as propitious days for starting any business enterprise. Wednesday is believed to be an unsuitable day for any new venture.

Thursday is regarded as a day of New Creation, and for that reason, actions of importance in life, such as marriage or laying the foundation of a house, are performed on that day. Friday is regarded as the Day of Trouble because, according to a Yoruba legend, it was on that day that **Èbìtà**, *Satan*, fought a fierce battle with **Ẹ̀là**, *the Saviour*, and left him for dead. Travellers refrain from starting important journeys on a Friday because it is believed that either they will not return for a long time or not at all. But an irrevocable event such as entering upon a chieftaincy may take place on a Friday.

Saturday, *The Day of Three Resolutions*, is regarded as an unpropitious day for starting any important enterprise. The original significance of the Three Resolutions is uncertain, but there is an old legend to the effect that when **Èbìtà**, *the Devil*, had overcome **Ẹ̀là**, *the Saviour*, he summoned all his angels to a council on this day and the following resolutions were made:

(1) That they should make it impossible for **Ẹ̀là** to revive.

(2) That if he did so, they should prevent him from rising.

(3) That if he rose up, they should make it impossible for him to ascend to heaven.

Sunday is held to be holy. Marriage and other sacred rites are performed that day.

The names of the days of the week seem to indicate that, at an early date, the Yorubas had some connection with the Christians; for the meaning of each day bears a resemblance to the events of the corresponding day in Holy Week. Every Yoruba religious worship has its own holy day when the worshippers are expected to gather at their shrine or sacred grove, and perform ceremonial worship to their god. In some of these cults the holy days recur every five days, and in others every seven.'

However, the influence of Islam and Christianity has affected how people generally call some days of the week. For example, Sunday is named **Ọjọ́-Ọ̀sθẹ̀**, *Day of Worship*. This is as a result of Christian worship on Sundays.

Thursday is called **Ọjọ́-Àlàmísì**[2] and *Friday* is **Ọjọ́-Jímọ̀ọ̀** as a result of Moslem contact. So *Wednesday* may be called **Àlàmísì-ku-ọ̀la** and *Saturday* may be called **Ọjọ́-kéjì-Jímọ̀ọ̀**, or **Ọsẹ̀-onígbàgbọ́-ku-ọ̀la** (the day before the Christian day of worship).

As a result of the introduction of free primary education, there is a tendency for people to call the days of the week, **Ọjọ́ Mọ́ndè** for Monday; **Ọjọ Túsìdé** for *Tuesday*, etc.[3]

[2]Adeboye Babalọla, *Iwe Ede Yoruba*, Apa Kini, p. 80.
[3]Ibid., p. 33.

RIDDLES AND PROVERBS, FIGURES OF SPEECH AND POETRY

Chapter 17

Àlọ́ àti òwe[1] (*Riddles and proverbs*)

Àlọ́ and **Òwe** have much in common in that they are based on common experience and are often represented in symbolic form. The **Àlọ́** presents a mental problem while the **Òwe** is a criticism of life. Both are the products of the popular mind, so they both reflect prevalent attitudes. In general the Yoruba regards the **Àlọ́** as a form of evening entertainment preliminary to the telling of stories usually accompanied by songs. Hence the proverb, **A pa àlọ́, má rín ìtàn, ará oko**. *The person who propounds riddles and does not tell a story is an ignorant person.* The **Òwe**, however, is more serious and has a didactic intent. Basically the **Àlọ́** is associated with young people, while the propounding and expounding of **Òwe** is associated with older people, especially men.

The following should be noted in the **Àlọ́** (riddles):

Àlọ́ is based on associations and similarities. The subject may be anything within the common experience: man, parts of the body, animals, plant life, the heavenly bodies, etc.

Gbogbo ilé sùn, **Kẹ́m̀bó** kò sún. *The whole house is asleep, but* Kẹ́m̀bo *is not asleep.* (The answer to this riddle is **Imú**, *the nose.*)

A dúró, ó dúró, a bẹ̀rẹ̀, ó bẹ̀rẹ̀, a lé e, lé e, kò lọ. Ìdáhùn . . . Òjìji. *We stop, it stops, we bend, it bends, we drive it away, it does not go.* (Answer: *Our shadow.*)

[1]**Àlọ́** and**Òwe** are separate elements in Yoruba literature. In some parts of Yorubaland, however, **Àlọ́** has two meanings:
(1) Àlọ́-àpamọ̀ = *riddles* and
(2) Àlọ́-àpagbè = *short stories with songs.*

Every fresh experience in life provides scope for originality, and every new riddle is greeted with delight and admiration, e.g. the legal practitioner is believed to tell lies in order to free his client, so an **Àlọ́** goes as follows:

Bí ó dúró, irọ́; bí ó bẹ̀rẹ̀, irọ́; àgàgà, bí ó bá fi ìdí kanlẹ̀, irọ́ dé. Tani o? (Agbẹjọ́rò) *If he stands, he tells lies; when he bends down, he tells lies; much more so when he sits down, he tells nothing but lies. Who is he?* (*A lawyer.*)

The **Àlọ́** in many cases is based on a particular object, e.g. **Àkùkọ**, *the cock*, or **Aṣọ**, *the cloth*, and the imaginary creature **Wòrúkú**.

Àkùkọ baba mi lailai, àkùkọ baba mi lailai, owó l'o ńjẹ, kò ńjẹ àgbàdo. (Ile-ẹjọ́; kóòtù). *My great-grandfather's cock does not eat maize but money.* (*The lawcourt.*)

Aṣọ baba mi láíláí, aṣọ baba mi làìlàì, etetí l'o ńgbó, kòńg bó lârín. (odò; adágún) *My great-grandfather's cloth does not wear out in the middle but at the edges.* (*A river; a lake.*)

Wòrúkú tindí tindí, wòrùkú tindì tindì wòrúkú fò já ọ̀nà gìrìbàjà, ó jẹ́ èkìkì adúlójú. (ẹ̀wà) *Great Woruku, great Woruku came to the main road; it was full of black eyes.* (*Beans with black eyes.*)

In general Yoruba proverbs state universally accepted principles and give guidance as to conduct in particular circumstances. Some proverbs are self-explanatory, but most are couched in symbolic terms, which are largely taken from animal life, many of them being related to well-known fables or animal stories, e.g. **Ìjàpá**, *Tortoise*[2]. While many proverbs are derived from fables, there are a few fables which have been created to illustrate existing proverbs.

Some proverbs and a few riddles are excellent examples of figures of speech, while some figures of speech are good proverbs. But it has been observed that in Yoruba most figures of speech are proverbs.

Aiyé ńyí bí ògo. *The world spins like a top.*

The figure of speech here is *simile*. It is also proverbial in saying that life constantly changes and that there is no standstill in nature. Thus on Yoruba proverbs Dr Vidal said:

'If brevity and elegance are regarded as the two main excellences of a proverb, the Yoruba aphorisms may claim equal rank with those of

[2]The tortoise in Yoruba stories is symbolic of trickery.

any other nation in ancient and modern times; for besides the condensation of the discriminating sentiment into a small compass, which is always observable in them, there is, for the most part, also an almost poetical contrivance of construction of the parts, which marks a refinement of taste greater than we should naturally have expected.'

Chapter 18

Figures of speech

Figures of speech in Yoruba fall into three groups:

Those based on

(1) similarity or association

(2) contrast or dissimilarity

(3) Those whose effectiveness depends on their sound.

It is observed that some figures of speech combine (1) and (2) and sometimes (3), thus making them more effective.

Figures based on similarity or association

Simile

Is a comparison between fundamentally unlike things.
Aiyé ńyí bí ògo. *The world spins like a top.*
Ilé náà dákẹ́ bí isà òkú. *The house is as quiet as the grave.*
Ọ̀nà ìlú náà jìn bí ọ̀run. *The country is as far away as heaven.*
Aṣọ rẹ̀ funfun bí ẹ̀gbọ̀n òwú. *His garment is as white as spun cotton.*

Metaphor

This is a condensed simile. In it the two objects are not merely compared but identified. Yoruba proverbs are in the main metaphorical.
Ọmọ l'aṣọ aiyé. *Children are a man's cloth in this life.*
This comes from the idea that we cover our body and deformities with cloth. Our child is the one who will always look after us, support us and defend us and will see that all funeral rites are performed when we die.

Aiyé l'ọjà, ọ̀run n'ilé. *The world is a market place, heaven is home.*
Ọ̀kánjúwà bù òkèlè, ojú rẹ̀ lami. *The greedy person takes a morsel of food and his eyes shed tears.*
This comes from the idea that the greedy person always takes more than he can chew conveniently. So he sheds tears because his throat cannot contain what he wants to force through it.

Allegory

This is a story which has a second abstract meaning in addition to its apparent meaning. Most of the stories connected with Ìjàpá (the Tortoise) are allegories, e.g.

One day, the tortoise and some of the other animals were going on a journey. The tortoise was in the front. Without letting the other animals know, he threw a coin in front of him. Then he said, 'I have found a coin.' He did this many times and his friends became jealous and each of them in turn led the way. But none of them found a coin. Then the tortoise led the way, and with the same trick, he found a coin. So his friends asked him, 'Why are you the only one who finds a coin?' The tortoise answered, 'People who throw coins in front always find coins.'

There is an obvious meaning to this story, but the hidden meaning is that one reaps what one sows. Kindness which one shows to others comes back in the future.

Another allegorical proverb:
Ẹni dà omi síwájú, yio tẹ̀ ilẹ̀ tútù. *The person who throws water in front will surely walk on wet ground.*
This means, kindness begets kindness.

Personification

This is the name given to a metaphor in which we identify something inanimate or abstract with a living person.
Ìbínú baba òṣì. *Annoyance is the father of poverty.*
Erunkuru gbágbá, ọmọ ìyá ọ̀dá; ìrì wọ̀wọ̀, ọmọ ìyá òjò. *A storm of dust is the brother of the dry season, and the heavy mist is the brother of rain.*

Apostrophe

When the personified quality is addressed, we have a figure called *apostrophe.* This happens also when a dead person is addressed as though he were living, or an absent person as though he were present:

Ìyá mi, má sùn lọ́run o! *My mother, don't sleep in heaven.*
Ilẹ̀, má tètè pè ni. *The ground, don't call me quickly*; i.e. *May I not die an untimely death.*
Ẹlẹ́dă mi, ṣàánú fún mi! *My creator, have mercy on me!*

Many funeral songs are apostrophes.
Má ṣe rojú o, kí o máa bá wọn lọ,
k' o tọ́jú ilé, k' o tọjú ọmọ rẹ.
Don't be sad; go away with them (i.e. *with the dead*).
Take care of the house, take care of your children.
(The Yoruba believe that their dead father or elderly relative always looks after them.)

k' o má jẹ ọ̀kùn, k' o ma jẹ ekòló.
Ohun tí nwọn njẹ l'ọrun,
Ni o máa bá wọn jẹ.
Don't eat millipede, don't eat worms.
Whatever they eat in heaven,
Eat with them.

Gba iwájú ilé o,
Bàbá, gba ẹ̀hìnkùlé o
Ki o gbọ́ ìdárò
T' ọmọ nṣe.
Enter by the front of the house,
Father, enter by the back of the house
And listen to the lamentations
Which the child is making.

Metonymy

A name given to the substitution of a word for another associated with it. Some characteristic types of metonymy are the substitution of the container for the contained, or the particular for the general, or the general for the particular, e.g. **Ẹrú kèrègbè**, *the slave of the gourd.* The gourd is used in storing palm wine, so **Ẹrú kèrègbè** means *one who is very fond of drinking, a drunkard.*
Kèrègbè ẹmu,
Ìyẹ̀n mi lọ wó **rúwá** (siwaju)
Palm-wine gourd,
That is going to fall down in the distance (i.e. *not near us*).
Ó gbọ́ poro odó, o yà abùlé. *He heard the sound of the mortar, so he called at the village.* (This portrays someone who is very fond of eating.)

Synecdoche

A special application of metonymy where the whole is substituted for the part or the part for the whole.
Ẹsẹ̀ gìrìgìrì ni ilé àńjẹ̀ọ̀fẹ́. (*Many hurry on foot to the house where free food and drinks are available*).
Ẹsẹ̀ pọ̀ lẹ́hìn kòríkò. *Many legs behind the wolf.*
(This represents a dynamic person who has the strong support of others for what he wishes to do.)

Antonomasia

Another special kind of metonymy, which is the substitution of the name of a person famous for some special characteristics for the corresponding common noun.
Àlàbí sọ̀rọ̀ lórí rédíò lánǎ. Bawo ni ọrọ rẹ̀ ti rí?
Hâ! **Ṣobọ̀ Aróbíodu** l' ó sọ̀rọ̀!
Alabi spoke over the radio yesterday. How was his talk?
Wonderful! It was **Ṣobọ Aróbíodu** *who spoke.*
(**Ṣobọ Aróbíodu** was an Egba poet and singer known for his wisdom and humour.)
'Ọ̀jó fi ọgbọ́n gbà owo lọ́wọ́ mi.'
'A, o kò mọ̀ Ọ̀jọ́ ni; Ìjàpá, ọlọ́gbọ́n ẹ̀wẹ́.'
'Ojo cunningly took money from me.'
'Ah! you don't know Ojo, Tortoise, the cunning one'

Figures based on contrast or dissimilarity

Irony

This consists of saying the opposite of what one means, and leaving one's meaning to be gathered from the context (in writing or from one's manner of speaking).
Ilé yìí dára púpọ̀. Ọ̀dàrà kò dára tó o. *This house is very beautiful. There is nothing like it.*
Ẹsẹ̀ yá jù mọ́tò. *The leg is faster than a car.*

Innuendo

This implies one's meaning instead of stating it directly. What is said gives the clue to what is left out, which is the part that matters.
Gbogbo àlâmù l' ó dọ̀bálẹ̀, a kò mọ̀ èyí tí inú ńrun. *All lizards crawl on their chests, but we do not know which of them has stomachache.*

Ó di ọjọ́ alẹ́ kí abuké tó mọ̀ pé iké kì í-ṣe ọmọ. *It is in the* ***evening*** *(on her last day) that the hunchback will realize that the hunch is not a child.*
Ọwọ́ bàbá l' ẹ wò,ẹ kò w' ẹsẹ̀ baba. *You only look at the father's hand, but not at his foot.*

This last proverb is from the story of a man who had some guests whom he wanted to impress. He called his son, 'You see my visitors, so go to the market and buy for my guests a very big goat.' When he was saying 'A very big goat' he raised his hand to illustrate the height of the animal. At the same time he raised his leg about half-way between the ankle and the knee. The son went and bought a small goat. Then the guests asked the son, 'What kind of son are you? Your father said you should buy a big goat but you bought a small one.' The boy replied, 'You only looked at my father's hand, not at his leg.'

Paradox

An apparent contradiction which, more closely examined, is found to contain a truth. It is the shock of the apparent absurdity that startles the reader into a closer scrutiny of the statement.
Òní bàbá ọ̀la. *Today is the father of tomorrow.*
Èǹmọ̀ lukutupẹ́bẹ́, sòbìyà Àjàyì; èyí tí ó dá a l' ẹsẹ̀, tí ó ńro ó l' éhín. *What a wonderful guineaworm Ajayi has; the guineaworm which attacked his leg, but which gives him toothache.*
Orí buburú tí ńmú ọmọdé pín itan ẹran. *It is ill luck which makes a young fellow entitled to the share of the thigh of an animal.*

According to Yoruba tradition, when an animal is killed by someone in the family, the thigh is given to the most senior man in the family, but where all the elderly men have died, the young man who remains, however young he may be, is given the thigh of the animal. So the proverb points to the fact that, by age, the young man is not entitled to the thigh of the animal, but misfortune has put him in the position to have it.

Oxymoron

A special kind of paradox in which the apparent contradiction is between an adjective and the noun it limits or an adverb and the adjective (or other word) it limits.
A rùn má jẹ òògùn. *The sick person who does not take medicine.*

A rún má mu omi. *The person who eats dry food but who refuses to drink water.*
Ẹlẹ́dẹ̀ ńpàfọ̀, o ni òun ńṣe oge. *The pig is making himself dirty in the mud, but he says he is trying to be fashionable.*

Hyperbole

A deliberate exaggeration.
Ọrọ̀ nâ yà mi lẹ́nu, ẹ̀dọ̀ mi fẹ́rẹ̀ yọ. *The matter so surprised me that my lungs almost came out.*
Ọmọ adìẹ fò, a ní, 'Ẹran lọ àkéè. *The small chick jumps up and we say,* 'What a big animal flies away.'
Abẹ́rẹ́ bọ́ s' omi táló, Ọ̀dọ̀fin ní on gbọ́ ***jàbú***. *The needle dropped into water (with a very slight sound) but the Odofin said he heard jabu (a loud splash which is made when someone jumps into the water).*

Meiosis

On the other hand, meiosis is a deliberate understatement, the effect (as with irony) being created by obvious contrast between what the person says and what he means, as conveyed by the context or his manner.
Ẹṣin tí o gùn kò ga ju ewúrẹ́ lọ. *The horse he rode is no higher than a goat.*
Kẹ́tẹ́pẹ́ ni o ńrí, ẹṣin ọ̀tá ẹni. *The horse of an enemy is always a low one.*

Antithesis

The contrasting of ideas by balancing them one against each other. This is sometimes called *parallelism.*

Enia lásán pọ̀ ju ìgbẹ́;
Enia rere hán ju ojú.
Evil people are as common as the bush;
Good ones are as scarce (costly) as the eyes.

Àgbà kò sí; ìlú bàjẹ́.
Baálé ilé kú; ilé di ahoro.
There are no elders; the town is in disorder.
The landlord dies; the house becomes a deserted place.

Igi gbun n' igbó a ńwíjọ́,
Ọ̀gọ̀rọ̀ enia l' ọ́ gbun lârín ìlú.
We complain because trees are crooked in the forest,
But countless people are crooked in the city.

Figures depending on sound for their effectiveness

Epigram

A terse, pointed saying. Most proverbs are epigrams, and it is their brevity that makes them memorable.
Ràdàràdà mọ̀ ibi tí òun ńrè. ***The person who, according to us, walks about aimlessly,*** *knows where he is going.*
Ikú wọ̀ inú ahoro **ṣákálá**. *Death enters a deserted home in vain.*
Bi etí kò goọ́ yinkin inú kì í-bàjẹ́. *If the ear does not hear* ***bad news*** *we are not unhappy.*
Ojúmọ́ mọ́, a kò gbọ́ **poroporo odó**.
Ọ̀gànjọ́ gàn, a kò gbọ́ wọ̀sọ̀wọ̀sọ̀ kọ̀nkọ̀sọ̀.
Early in the morning we do not hear ***the sound of the mortar,***
And late in the evening we do not hear ***the sifting of flour.***

Onomatopoeia

Making the sound of the word suggest the idea it expresses.
Ọ̀rọ̀ náà burú **bùrùjà**. *The matter is* ***very*** *bad.*
Ajímuti kì í-tí. *He who starts the day with a drink is always* ***prosperous.***
Ẹni a bá l' abà ni bàbá. *The person we met in the village should be called 'the father'.*
Àgbà ni **í-gbà**. *The elder always* ***gives in.***
Àgbàlágbà kì iṣe **lágbálágbá**. *An elderly person should not behave in an unseemly manner.*

Paranomasia (*punning*)

The use of a word whose meaning conveys two different senses simultaneously.
Amúnigbúnni, ẹran Ìbíyẹ; ẹran olójú kan.

Ẹran olójú kan may mean

(a) *a goat with one eye* or

(b) *the goat of a person who has only one eye.*

So this kind of proverb is used when our action is capable of two interpretations.
Ohun tí a ńwá lọ sí Ṣókótó wà ní àpò **ṣòkòtò**. *What we are going to look for in Ṣokoto is in* ***the pocket of our trousers.***

Other figures of speech

Euphemism

Calling an unpleasant thing by a less unpleasant name.
Bàbá re ilé (literally, *Father goes home.*), *Father is dead.*
Ọba nâ wọ̀ àjà (literally, *The king entered into the ceiling.*), *The king died.*
Olóde ḿbá a jà. (literally, *The owner of the outside is fighting him.*), *He has an attack of smallpox.*
Smallpox is called in Yoruba **Ṣọ̀-pọ̀n-nọ́**. It is ill fortune to suffer an attack and people are too afraid to call it by its proper name.
Oṣù bàjẹ́ làra obirin náà (literally, *The month is spoilt in the woman's body*). *The woman has had a miscarriage or abortion.*

Climax

The arrangement of ideas in such a way as to create a steadily mounting impressiveness.
Ẹni a ní ó fẹ́ ẹni l'ojú fi ata sí ẹnu
Ẹni a ní ó kírin 'ni l' ẹ́hìn fi ègún s' ọ́wọ́
Ẹni à bá fẹ̀hìntì k' á mu dídùn ọsàn
Kíkan l' ó ńká fun 'ni mu
Ẹni à bá fi inú hàn, jẹ alárọ̀kiri enia.
The person we asked to blow a speck from our eyes, had pepper in his mouth.
The person we asked to help us scrub our back had thorns in his hands.
The person on whom we depend for selected sweet oranges gave us bitter ones to eat.
The person to whom we might have told our secrets tells whatever he hears to all and sundry.

Chapter 19

More proverbs

(1) Ọkẹ́rẹ́ ńsọkún agbádá, èyí tí àjàò dá l' ẹṣí, kíni o ńfi ṣe? Ṣebí igi ni o ńfi gùn. *The squirrel sighs because it wants a big gown, but what does the* **àjào** *do with the one it got last year? It only climbs trees with it.*

(2) Láti ọjọ́ tí alákàn ti nṣe epo, kò kún àtà. *Since the crab has been making oil, the oil it has made does not fill up even a very small pot.*

(3) Ó ní ibi tí ó ńdé, itọ́ dídámì nínú àwẹ̀. *It has its own advantages, the swallowing of the saliva during the period of fasting.*

(4) Àwúrébe ní òn[1] lè yẹ̀nà, taní jẹ tọ̀ ọ̀nà àwúrèbe? *Àwúrẹ̀be said it could clear the road, but who has ever gone on the road cleared by Àwúrèbe?*

(5) Ọ̀pọ̀lọ́ l' on lè sín ìlẹ̀kẹ̀, taní jẹ fi ìlẹ̀kẹ̀ ọ̀pọ̀lọ́ sí ìdí ọmọ rẹ̀? *The frog said he could thread beads very well, but who has ever put the beads threaded by the frog on the hips of his child?* (*The beads here are the frog's eggs.*)

(6) Ẹiyẹ àkókó l' on[1] lè gbẹ́ odó, taníjẹ́ fi odó àkókó gún iyán jẹ? *The woodpecker said it could carve a mortar, but who has ever used the mortar carved by the woodpecker to prepare pounded yam?*

(7) Ọ̀kánjúwà pín egbàafà nínú egbàaje, ó ní kí nwọ́n pín ẹgbǎ kan tí ó kù, bóyá igbiwó kan a tún kàn on. *The greedy had a share of 3s out of 3s 6d; he asked them to share the remaining 6d; perhaps he might again have another share of halfpenny* ($\frac{1}{2}$*d*).

[1]on = òun

(8) Èyí tí ó ńṣe Límbájé, kò ṣe ọmọ rẹ̀, Límbájé ńwá owó, ọmọ rẹ̀ ńwá ọkọ. *Limbaje's concern is quite different from her daughter's. Limbaje is looking for money, but her daughter is looking for a husband.*

(9) Asínwín ní on? yio ti iná bọ̀ ilé, nwọn ní kí ó má ti iná bọ ilé. Ó ní on yio sá ti iná bọ ilé. Nwọn wá sọ fún un pé, bí ó bá ti iná bọ ilé, awọn yio sọ ọ sí i. Ó ní, 'ìyẹ̀n kẹ̀, ìkàn'. *The madman said he would set the house on fire. They told him not to do so, but he refused. When they said that, if he set the house on fire, they would throw him into it, he replied, 'That is a different matter'.*

(10) Kíní ológìní ńwá, tí ó fi jóná mọ́ ilé? Ṣòkòtò ni ó ńmú ni, tàbí ẹrù kíní ó ńdì? *What was the cat looking for before it was burnt up with the house? Was it taking a pair of trousers, or what type of load was it packing?*

(11) A kò mọ̀ ohun tí Dâró ní, kí ó tó sọ pe olè kó on. (òun) *We do not know what Dâró has when he says that thieves have stolen his property.*

(12) A kò mọ̀ ohun tí eléwé gbégbé ńtà, ki ó tó sọ pé ọjà kò tà. *We do not know what the seller of* **gbégbé** *leaves is selling when she says 'Goods are not selling well'.* (**Gbégbé** *leaves are very cheap and only very little money is realized from selling them.*)

(13) Nwọ́n ní kí arúgbó gbà ọmọ pọ̀n, ó ní ṣebí nwọn mọ̀ pé on kò ní ehín. Nwọn ní ki ó pa ọmọ jẹ ni? *They asked the old woman to help to carry the child on her back. She replied, 'But you know that I have no teeth.' Did they ask her to eat up the child?*

(14) Ẹni tí ó wò ojú ìyàwó ni ó mọ̀ pé ó ńsọkún. *It is the person who looks at the new wife's face who knows that she is weeping.* (In fact, a new wife weeps when she is leaving her parent's house for her husband's house, because she is leaving the familiar faces, and she does not know what awaits her in her husband's house.)

(15) Bí ológbò bá pa eku, a fi ìrù rẹ̀ dè ilé. *When the cat kills a rat, it keeps its tail.* (*It means we should always save for a rainy day.*)

(16) Ajẹtán, àjẹ̀ẹ̀mọra, ìfọ́wọ́-mẹ́wẹ̀wá-jẹun kò yẹ ọmọ enia. *Eating all we have, eating without feeling that others are watching us, eating with all the ten fingers, does not befit a human being.*

(17) Ó yẹ̀ gbogbo enia kó ní iṣu kò jiná, ko yẹ alubàtá. *All except a* **bàtá** *drummer can complain that the yam is not properly cooked. (The* **bàtá** *drum is made of wood and leather; and it was because there was not enough wood that the yam was not properly cooked.)*

(18) Àrokò ti bàjẹ́ láti Ilẹ́ṣà wá; nwọ́n ní kí nwọn mu ẹrú fun Lọ́wá, nwọ́n ní kí nwọn fi obì fún Ọ̀ni. *The message had been wrong right from Iléṣá. They said that they should give the slave to Chief Lọ́wá and kolanuts to the Ọni.*

(19) Ẹni tí kò ní ìyàwó kò ḿbí àbíkú. *The person who has no wife does not suffer the loss of children.*

(20) Ará oko ní òun gbọ́ fẹ̀nrẹ̀n-fẹ̀nrẹ̀n. Tal' o sọ fún un? Mo ṣebí ará ilé ni? *The villager said he heard some news. Who told him? I believe it was someone from the town who told him.*

(21) Bí a tàrò ifọ̀n, a o họ ara dé egungun. *If we think of the irritation which the crawcraw gives us, we shall scratch our body to the bones.*

(22) Nwọn ni nwọn kò fẹ ọ l' agbo, o ní o mọ̀ orin kọ. Bí o bá lé orin bí nwọn kò bá gbè e ńkọ́? *They said they do not want you in their company, but you said you can sing. But suppose you begin a song and they refuse to sing the chorus?*

(23) Ajá tí ó gbé iyọ̀, kini yio fi iyọ̀ ṣe? *The dog which stole salt, what is it going to do with it?*

(24) Ọ̀ràn ṣe ni wò, kí a mọ̀ ẹni tí ó fẹ́ ni. *It is when we are in trouble that we know who loves us.*

(25) Orí tí yio jẹ ọ̀gẹ̀dẹ̀ sùn kò ńgbá. Bí nwọn ńgbé igbá iyán bọ̀ á fún un, yio fọ́ dandan ni. *Someone who is destined to have a supper of banana will surely have it. If they bring him pounded yam in a calabash, it will somehow get broken on the way.*

(26) A kì ífi ojú-olójú ṣòwò kí a jèrè. *We do not trade with other people's eyes and have any gains.*

(27) Ajogún-Ifá ni ki òun má kŭ, ẹni tẹ̀ ifá ńkọ́? *The inheritor of Ifa prays that he may not die, but where is the original owner of the Ifa he inherited?*

(28) O fi awọ ẹkùn ṣẹ òògùn àìkú; ẹkùn ìbá má kŭ, ìwo a rí awọ rẹ̀ ṣe òògùn? *You used the skin of the lion to make a medicine so that you may not die. If the lion had not died, how would you have been able to get its skin to make the medicine?*

(29) Olówó pè ìlù o kò jó, ọjọ́ wo no o máa rí owó pè tìrẹ? *The rich man paid for an orchestra, and you do not dance, but when will you get money to call one?*

(30) Ọ̀tá ọ̀run kò gbà ẹbọ. *A sworn enemy does not take petitions and sacrifices.*

(31) Ìbàjẹ ọjọ́ kan kò tán títí. *The disgrace of one day does not end (is not forgotten) for a long time.*

(32) Ẹ̀gún kì ígún ọmọ l'ẹsẹ̀, kí a lọ yọ́ ó ní ẹsẹ̀ ẹrú. *One would not remove the thorn which pricks the foot of one's son from the foot of one's slave.*

(33) A kì ígbìn àlùbọ́sà k' ó hu ẹ̀fọ́. *We do not plant onions and reap greens.*

(34) Ikú tóbi l' ọba, àrà tí ó wu ikú ni ikú ńdá. *Death is a great king; death does whatever it likes.*

(35) Ooru gbà aṣọ lọ́wọ́ onílé, a fi abẹ̀bẹ̀ lé àlejò lọ́wọ́. *The heat takes the cloth from the landlord and gives a fan to the visitor.* (i.e. Different people, in different circumstances, react differently to a common phenomenon. The landlord can unclothe himself in his own house, but a casual visitor in the guest room can only use a fan.)

(36) A kì írí adìẹ nílé, kí a dà àgbàdo fún ajá. *When we see the hen, we do not throw the maize seed to the dog.*

(37) Ìjọba ńpè ọ́, ò ní o ńmu gàrí lọ́wọ́, taní ni ọ́ tal' ó ni omi t' a fi ńmu gàrí? *The government wants you, but you say that you are drinking **gàrí**. Who owns you and owns the water with which you are drinking **gàrí**?*

(38) Kíni ìyá aláṣọ ńtà ti ó yọ ẹgba lọ́wọ́, tàbí ewúrẹ́ njẹ wúlìnì? *What does the clothseller sell when she holds a whip, or do goats eat woollen cloth?*

(39) A lè gbé omi lé iná dè elégbò, a kò lè wẹ̀ ẹsẹ̀ dè e. *You can warm the water ready for someone with a sore, but you cannot treat his sore in his absence.*

(40) Àjèjì l' ojú ṣùgbọ́n kò fi ríran. *The stranger has eyes, but he does not see with them.*

Conclusion[2]

The bulk of Yoruba proverbs are a comment on Yoruba life. They talk about the family, the relationship of parents to children and husband to wife, the position of the elders and the individual's duty to society. They concern manners and customs, and the vices and virtues of human beings.

(1) The Yoruba family is highly organized. Everyone has his rights and his duties. Even a child is treated with respect, if it knows how to keep its place:
Ọmọ́ ọmọdé kò tó pẹpẹ, t' àgbàlágbà kò wọ̀ kèrègbè. *The small hand of the child cannot reach the high shelf. The large hand of the adult cannot enter the narrow neck of the gourd.*
In other words, adults and children need each other. None can exist without the other, and each must respect the other in his own way.

(2) Yoruba society, like any human society, is not free from petty jealousies and hatred:
Ọ̀pẹ̀kẹ́tẹ̀ ńdàgbà, inú adámọ̀ ḿbàjẹ́, mo dì baba tán inú ḿbí wọn. *The growth of the young palm tree annoys the cutter of palm; I become a father and they are envious.* (i.e. the leaves grow out of his reach; the father is envied because he will have the services of his children.)

(3) There is the constant fear that the child may die young, because infant mortality is high.
Ọmọ kò l' áyọ̀lé, ẹni ọmọ sin l' ó bí 'mọ. *Only the man whom his child survives has really got offspring.*

(4) A child is always respected for the virtues or high position his father may possess:
Ọlá baba ni ímú ni yan gbẹndẹkẹ. *It is the honour of the father that allows the son to walk about proudly.*

(5) Mother's love and devotion is the subject of many proverbs:
Abiyamọ ṣe ọwọ́ kòtò lù ọmọ rẹ̀. *A mother will beat her child with a hollow hand.*

(6) The Yoruba woman has a high position in the family, and the following proverb condemns those men who try to treat women as if they did not count in family affairs:

[2]Except for some minor alterations the conclusion is taken from *Yoruba Poetry* by Bakare Gbadamosi and Ulli Beier.

A ńsọ̀rọ̀ elégédé, obìrin ḿbèrè kíl' a ńsọ̀rọ̀ rẹ̀. A ní 'Ọ̀rọ̀ ọkùnrin ni'. Bí a bá kó elégédé jọ, tani yio sè e? *We are talking about pumpkins. A woman asks what we are talking about. We say: 'This is man's talk.' But when we gather the fruit, who will cut them up and cook them?*

(7) Unquestionably the highest position in every compound goes to the elders. Innumerable proverbs speak of their importance:
Àgbà kò sí ìlú bàjẹ́. *When there are no elders, the town goes to rack and ruin.*

(8) The elder is the judge in the compound, and he is expected to be a very patient man and full of traditional wisdom:
Àgbà tí kò bínú l' ọmọ rẹ̀ ńpọ̀. *An elder who is patient will have many children.*
Ibínú kò da ǹkan; sa rù bab ìwá; àgbà t'ó ní súùrù ohun gbogbo l' ó ní. *Anger does not help. Patience is the father of character. An elder who has patience has everything.*

(9) The young ones are always advised to keep in their place and not to attempt to overreach the elders:
Àṣẹ̀ṣẹ̀ yọ màrìwò, ó ní òun yíọ́ kan ọ̀run, ẹ̀ṣẹ̀ wo ni àpákó ṣẹ̀ tí kò fi dé bẹ̀. *The young palm branch tries to reach the sky. What offence did the old branch commit, that it did not succeed?*

(10) However, even the elder himself must not overestimate his own importance and must know how to keep his place:
Àgbà tí kò mọ ìwọ̀n ara rẹ̀ l' odò ńgbé lọ. *The river carries away an elderly person who does not know his own weight* (i.e. *his own limitations*).

(11) There are many Yoruba proverbs in praise of the great and the powerful. A rich man, a powerful man, a great man is always admired by the Yorubas. He is usually given ample praise in proverbs and praise songs and is made to pay liberally for that praise!

(a) Ìrònù ìkokò ni yíó pa àgùtàn. *The thought of a wolf is enough to kill a sheep.*

(b) Àwòdì sọ olówó adìẹ di aṣiwèrè. *The kite makes the owner of the fowl crazy.*

(c) Kíkéré l' abẹ́rẹ́ kéré, kì íṣe mímì adìẹ. *The needle may be a small object, but nevertheless the hen cannot swallow it.*

All these can be applied to chiefs or kings to describe their greatness. A king is considered great, even if he is poor:
Àìlówó Olówu, a kò ní fi wé ẹgbẹ̀rún tálákà. *When the Olówu is out of funds, he cannot be compared with a thousand labourers.*

(12) There is not only praise, however, but also shrewd observation: Ọgbọ́n ọlọ́gbọ́n kò ńjẹ́ ki a pe àgbà ní wèrè. *The wisdom of others prevents an elderly person from being called a fool.* (This is said because the king sitting in council is supposed to speak last, merely summing up the case.)

(13) Great men are by no means exempt from social customs and manners. They must play the game like everybody else. A man who has a large income, for example, is forbidden by convention to engage in petty trade at the same time. This he ought to leave to people poorer than himself.
Ẹni rù erin lórí kò gbọ́dọ̀ fi ẹsẹ̀ tan ìrẹ̀ nílẹ̀. *One who carries an elephant on his head should not dig for a cricket with his foot.*

(14) The poor are sometimes treated with contempt in Yoruba proverbs. This evidently originates from the time when all Yoruba were farmers, and when a man could only become poor if he was lazy; because land is plentiful in Yoruba country and even today there is no shortage of farmland. However, poverty through misfortune is treated with sympathy.
Òrìṣà tí ńgbè ọ̀lẹ kò sí; apá ẹni ni í-gbé ni í-ga. *The god who favours a lazy man does not exist. It is one's hands that bring prosperity.*

(15) There is humiliation involved in poverty:
Àjọjẹ kò dùn b'ẹnìkan ò ní. *To eat together is not sweet when one has not. When both have, it is sweet.*

(16) The sense of humour does not fail the Yoruba even when speaking about the lazy man.
Àgbàtán l' a gb' ọ̀lẹ bí a bá d' aṣọ f' ọ̀lẹ, à pa a l'aró. *When you help a lazy man, you ought to help him thoroughly. If you buy him a cloth, better have it dyed in indigo too.*

(17) On the whole, however, the Yorubaman is a tolerant person. He positively delights in the diversity of human personalities and the infinite possibilities open to the human being. One proverb says in rather matter of fact tone:

A kì íwá aiye k' a má dà nkan, ohun tí a ó dà l'a ò mọ̀. *Everybody who comes to this world must become something, only we don't know what.*

(18) The Yoruba proverb calmly and humorously comments on the variety of people found in this world:

(a) Ohun tí ó mú ajá t'ó fi ńgbó kò tó èyí tí àgùn-tàn fi ńwò bọọ. *What causes a dog to bark is not sufficient to make a sheep gaze.*

(b) Ológún ẹrú kú, aṣọ rẹ̀ jẹ́ ọ̀kanṣoṣo. *The owner of twenty slaves dies, and is found to have only one garment.*

(19) Idiosyncrasies can be carried to any length in Yoruba society, so long as a man remembers he is not alone in the world. No one can manage entirely by himself:
Ọ̀bẹ kì ímú kó gbẹ́ èkùkù ara rẹ̀. *However sharp the knife, it cannot scratch its own handle.*

(20) It is most important to retain the goodwill of one's fellow men:
Ẹni kò san gbèsè ọgọ́fà, kò ní rí ogó ejyá. *If you fail to repay a loan of 120 cowries, you will find it difficult to borrow 140.*

(21) Once a man has become unpopular, his position is hopeless:
Nwọn ni nwọn kò fẹ́ ọ n' ìlú, o ní o mọ̀ orin kọ; bí o bá kọ ọ, bi nwọn kò bá gbè e ńkọ́? *You are rejected in the town, yet you continue to sing for them. If you sing a new song, suppose they don't sing the chorus?*

(22) Nothing is feared so much as blackmail, which the Yoruba knows is often difficult to disprove:
Ènìà ní yíó bà ọ́ jẹ́, o ní kò tó bẹ́ẹ̀; bí o bá ní ó kò nù ìdí, ẹni mélŏ ni iwọ yio fẹ̀ ìdí hàn. *A man says he will spoil your reputation and you say he cannot. If he says you do not wipe your bottom, to how many people will you show your bottom to disprove him?*

(23) Living in the society involves knowledge of a complex system of etiquette which a number of Yoruba proverbs seem to set out to teach:

(a) Gbé ọmọ rẹ wá kí mi, owó l' ó ńná ni. *Asking a mother to bring her baby for a visit involves giving a present.*

(b) Àwá-yó fi ara rẹ̀ gbodì. *He who answers 'We don't want any more food' makes himself unpopular.*

(24) Moderation is among the virtues which Yoruba proverbs praise. Whenever a man tries to aspire too high he is severely censured:

(a) Nwọn fi ọ jẹ ọba, ọ ńwẹ̀ àwúre; o fẹ́ jẹ Ọlọ́run ni? *Having become a king you prepare charms. Do you want to become a god?*

(b) Adìẹ ńjẹ ọkà, ó ńmu omi, o ńgbe òkuta mì; ó ní òun kò ní ehin, Ìkérègbè tí ó ní ehín ńkọ́, njẹ irin bí? *The fowl eats corn, drinks water and swallows stones. Yet it complains that it has no teeth. Does a goat which has teeth eat iron?*

(25) Foresight is another quality admired by the Yoruba. Yoruba proverbs criticize those who cannot see beyond the thing they are doing at the moment, who cannot estimate the consequences of their action;

(a) Bí a bá tàrò dídùn ifọ̀n, a ó họra dé egun. *If you think of nothing but the irritation of the itch, nothing will prevent you from scratching to the bone.*

(b) Ọbẹ ńké ilé ara rẹ̀ ó ní oùn ḿba àkọ̀ jẹ́. *The knife is destroying its own house, and thinks it is merely cutting up an old sheath.*

(26) Ingratitude is among the vices commonly castigated by proverbs. Àbàtà ta kété bí ẹnití ko bá odò tan. *The proud pond stands aloof from the river, forgetting that water is common to both.*
Ènìà burúkú pọ̀ bí ìgbẹ́, ènìà rere hán jù ojú lọ. *Mean people are as common as the trees in the forest. Good people are rarer than eyes.*

(27) Loose talk is likewise condemned by proverbs:
Ọ̀pọ̀ ọ̀rọ̀ kí íkún agbọ̀n. *Much talking does not fill a basket.*

(28) A man is never to expect any return of kindness:
A kìí ṣe ore tán k'a lóṣ̀ò tì i. *We do not do a good deed and then sit down by it.*

(29) The most important virtue expected of a man, however, is tact:
A kìí ṣe ojú oníka mẹ́sǎn kà a. *Do not be seen counting the toes of the man who has only nine.*
Even when censuring or accusing people, this must be done tactfully and in an indirect manner, e.g. by pretending to refer to the dog or chick belonging to the man in question. The head of the chicken is not as big as all that: it is the owner we mean.

(30) The young are reminded of humility and are admonished to admit their faults:
Ẹlẹ́jọ́ kì ímọ ẹjọ́ rẹ̀ l'ẹbi k'ó pẹ́ lorí ìkúnlẹ̀. *He who admits his fault is not kept kneeling long.*

(31) At the same time they are admonished to help themselves and not expect to be pampered:
Alágẹmọ ti bí ọmọ rẹ̀ ná, àìmọ̀jó di ọwọ́ rẹ̀. *The chameleon has borne its child. It is up to the child to learn how to dance.*

(32) Thus Yoruba proverbs comment on Yoruba life. Through them we can hear the voice of the elders, who have known all the weaknesses and vices of men, but who nevertheless accept life as it is and keep their faith in divine providence:
Aiyé ńretí ẹlẹ́yà, níbo l'ẹ fi t' Olúwa sí? *You are expecting my destruction. But do you consider what God may do for me?*

(33) They know that in this life we must pay our price to adversity and misfortune:
A kò ńhá ẹran kí òróòro má gbà tirẹ̀. *When we divide the meat, the gall must have its own share.*

(34) They have seen times changing and new ideas and customs introduced.
Ọba mẹ́wǎ, ìgbà mẹ́wǎ. *Ten kings, ten fashions.*
Now these same old men are watching the break-up of Yoruba society as they know it. Western ideas and customs spread. The young ones refuse to listen to their voices and their advice, and choose to go their own ways. The pattern of life changes. But the elders look on, amused, though slighted. They know that social institutions may change, but human nature will always remain the same:
Ajá ìwòyí l' ó mọ ehoro ìwòyí ímú. *Modern dogs are experts in catching modern hares.*

Chapter 20

A few riddles and their meaning

(1) Ọpá tẹ́ẹ́rẹ kan ilẹ̀ ó kan ọ̀run o. (Òjò) *A slender stick reaches heaven and touches the ground.* (*Rain*)

(2) Ìkòkò rúgúdú fi ìdí ti ìgbẹ́. (Ìgbin) *A small pot hides in the forest.* (*A snail*)

(3) Ilé ṣókótó, èkìkì ẹ̀kan. (Ehín) *A small house is full of the earliest growth from wild grass rhizomes.* (*The teeth*)

(4) Ilé àpọ́n dára, kò ní ojú. (Ẹyin adìẹ) *The bachelor's house is beautiful but it has no entrance.* (*An egg*)

(5) Mo wò èyí, wò èyí, ng kò rí ìyá mi. (Etí) *I looked right and looked left, but I did not see my mother.* (*The ear*)

(6) Kíni ńkáǹ ọba ní ìkó? (Abẹ) *What is it that knocks the king on the head?* (*A barber's knife*)

(7) Kíni kọjá ní ìta ọba tí kò kí ọba? (Ọ̀gbàrá) *What is it that passes in front of the king's house and does not greet the king?* (*Rainwater torrent*)

(8) Awẹ́ obì gàdàgbà, a jẹ́ re Ọ̀yọ́, a jẹ́ bọ̀ Ọ̀yọ́. (Ahọ́n) *A big piece of kolanut: we ate it on our way to Ọ̀yọ́ and ate it on our way from Ọ̀yọ́.* (*The tongue*)

(9) A rán ọmọ ní àkàrà, àkàrà dé ilé sin ọmọ. (Ẹyìn) *We send the child to go and buy bean-bread, but the bean-bread got to the house before the child.* (*Palm-fruits*)

(10) Ọlọ́jà kú, ilé rẹ̀ ńdàn. (Ìgbín; karawun ìgbín) *The market woman died and her house shines brightly.* (*The snail; the shell of the snail*)

(11) Ẹ̀ṣẹ́-iná rìgìdì bọ́ s' omi kò kú. (Ẹyìn) *A big ember of fire dropped into water, it did not die.* (*A palm-fruit*)

(12) Àgbàlágbà mẹ́fà sùn ti ara wọn, kí ilẹ̀ tó mọ́, nwọn ti fi ara wọn jẹ. (Ọgúná igi) *Six old men slept by one another and before daybreak they ate up one another.* (*Firewood*)

(13) Ìkòkò bàbá mi láéláé, ìkòkò bàbá mi làèlàè, a pọn omi si i títí, kò kún. (Agbọ̀n, apẹ̀rẹ̀) *My great grandfather's pot, we poured water into it for a very long time, but it was not full.* (*The basket*)

(14) Ọ̀kan ńsáré, ọ̀kan ńpòṣẹ̀ṣẹ̀, ọ̀kan ní ìyà àìlẹ́sẹ̀ l' ó ńjẹ on. (Ọ̀gbàrá, ẹrọ̀fọ̀, àti yanrìn) *One is running, the other hops, and the third says that it is suffering because it has no legs.* (*The first is the torrent, the second is marsh, and the third is sand.*)

(15) Òkun ńhó ya, ọ̀sà ńhó ya, ọmọ búburú ti orí bọ̀ ọ́. (Ọmọrogùn) *The sea was stormy, the lagoon was boiling, but the bad child jumped into it.* (*The ladle with which we stir things like porridge.*)

(16) Kíni bọ́ s' ómi tí kò dún 'táló'? (Abẹ́rẹ́) *What is it that drops into water and does not make any sound at all?* (*A needle*)

(17) A pè òkú, ó jẹ́, a pè òrìyẹ̀ kò dáhùn o. (Ìtúmọ̀: Ewé gbígbẹ:) *We call the dead, they answer; we call the living, they do not answer.* (Meaning: *Dry leaves sound when they are trodden upon. Fresh ones do not.*)

(18) A ńre Ọ̀yọ́ a d' ojú k' Ọ̀yọ́, a ḿbọ̀ Ọ̀yọ́ a d' ojú k' Ọ̀yọ́. *We are going to Ọ̀yọ́, we face Ọ̀yọ́; we are returning from Ọ̀yọ́, we face Ọ̀yọ́.* Ẹni ti o ngun ọ̀pẹ; ìlù gángan. *Climbing and descending a palm tree one faces the same direction*; (a climber of palm trees; a drum.)

(19) A ńgún 'yán, ajá ńjó. (Ọyàn) *We are pounding yam, the dog is dancing.* (*The dancing breasts of a woman who is pounding yam.*)

(20) Ajá dúdú ńgbó, ajá pupa ńpọ́n ìdí rẹ̀ lá. (Ìkòkò ati iná) *The black dog is squatting, the red one is licking his bottom.* (*Cooking pot and fire.*)

For more riddles see *Àlọ́ o*, Apa kini and *Alọ Àpamọ̀* by J. O. Oyelẹṣẹ.

Chapter 21

Yoruba poetry

Watts Dunston defines poetry as 'the concrete and artistic expression of the human mind in emotional and rhythmical language.' Poetry embraces the whole range of human experience and emotion—'or the young child excited about the funny movement of the frog, or curious about the timid little bird on the twig; of the youth in the joys and pangs of love; of the vigorous hunter or warrior; of the ageing man longing to rest with his fathers in the land of the spirits; of the clan or tribe reliving its past tribulations and triumphs.'

It should not, however, be assumed that Yoruba poetry is entirely something of the past. It grows with time. The old tribal bard sees life mainly through the social institutions of his own tribe while the Christian literary poet sees it partly through the tribal institutions and partly through the institutions introduced by the white missionary and white administrators. At times the Christian literary poet came to a difficulty and created poetry to justify his taking part in the tribal institutions which Christianity has forbidden.

Awa yio ṣ' orò ilé wa o
Awa yio ṣ' orò ilé wa o
Ìgbàgbọ́ 'ò pé k' awa má ṣ orò
Awa yio ṣ' orò ilé wa o.
We shall perform our traditional rites
We shall perform our traditional rites
Christianity does not forbid us taking part in our traditional rites
We shall take part in our traditional rites.

Topics

These may include alliances and conflicts with neighbouring tribes;

military and political triumphs and reverses; periods of treaties, annexations and resettlements; the encroachment of the white man on the land of the Africans; the undermining of the power of the chief by the missionary and the magistrate.

These emotional experiences are expressed in song, speech and action. There is therefore a strong dramatic element, and to draw a dividing line between the lyric and the dramatic is often very difficult. But it is possible to make two broad distinctions:

Lyric and dramatic verse

This includes nursery rhymes and jingles and all the various kinds of songs—work songs, hunting songs and war songs.

In some of these songs, the words are more important than the tune, while in others there is little or no meaning in the words. Generally in a song there is a leader and a chorus. If the words are important, they fit into the part sung by the leader, and the chorus takes up a refrain, either in

(1) Some meaningful words.

Ijó kí ng bá jó k' ó w' ọmọ? *Refrain:* Àrà kí ng bá dá k'ó w' ọmọ?
M'á jíjó ọwọ́ ọ̀tún bóyá a w' ọmọ Àrà kí ng bá dá k'ó w' ọmọ?
M'á jíjó ọwọ́ òsì bóyá a w' ọmọ Àrà kí ng bá dá k'ó w' ọmọ?
What kind of dance shall I dance to please the child?
Refrain: *What trick shall I perform to please the child?*
I shall dance to the right: perhaps the child will be pleased.
Refrain: *What trick shall I perform to please the child?*
I shall dance to the left: perhaps the child will be pleased.
Refrain: *What trick shall I perform to please the child?*

(2) Some words related to the theme.

Táni pè Ṣègbè l' etíko? *Refrain:* Sègbè
Àwa ńṣ 'ọdún ilé
Àwa ńṣ' ọdún ilé Ṣègbè
Àwa ńṣ' orò l' ààfin Ṣègbè
Ṣègbé ta wa l' ọfà Ṣègbè
Àwa sì ta Ṣègbe l' ọ́fà san Ṣègbè
B' ó kú o, àwa 'ò mọ Ṣègbè
Bí ò kú o, àwa 'ò mọ Ṣègbè
Who called Sègbé by the edge of the forest? Ṣègbè
We were performing the home festival Ṣègbè
We were performing rites in the palace Ṣègbè

Sègbé shot us with an arrow	Ṣègbè
We too shot Sègbé with an arrow in retaliation	Ṣègbè
Whether he died, we do not know	Ṣègbè
Whether he didn't die, we do not know	Ṣègbè

(3) Meaningless ejaculations (sometimes monosyllabic) like the English *fa-la-la* or *yo-ho-ho.*

Kíni h' ewú?	*Refrain:* He
Àdán h' ewú	He
Kọ́léoṣo	He
Ọpá òjé	He
Hègbè-hé-ńmì	He
Hègbè-hé-ńmì	He
What is it that grows grey hairs?	He
The bat grows grey hairs	He
Kọ́léoṣó	He
The silver staff	He
Hègbè-hé-ǹmì	He
Hègbè-hé-ǹmì	He

or

Aláǹtere o	*Refrain:* Àǹtere
Iya ní ng b' omi 'lé ṣànra	Àǹtere
Bàbá ní ng r' odò lọ wẹ̀	Àǹtere
Mo d' odò, mo b' Olúwẹri	Àǹtere
Mo b' òrìṣà kan mẹ́ta	Àǹtere
Ọ̀kan fọ́jú, ọ̀kan yarọ	Àǹtere
Ọ̀kan t' ó kù ṣ' etí gbọn-in	Àǹtere
Aláǹtere o	Àǹtere
Mother said I should bathe with the water in the house	Àǹtere
Father said I should go and bathe in the stream	Àǹtere
When I got to the stream I found Oluweri (the goddess of the river)	Àǹtere
I found three strange gods	Àǹtere
One was blind, one was lame	Àǹtere
The remaining one was deaf	Àǹtere

Oríkì (Praise names)

The *Oríkì* is a genre for which no exact parallel is to be found either in classical or modern European poetry. In spirit, content and form, it partakes of the features of the *epic* on the one hand, and those of the *ode* on the other. There is no 'regular metre' in the classical sense, but there is a marked rhythm achieved by means of balance of thought.

It should be emphasized that the *Oríkì* (beside the Ifa poems) is the proudest literary possession of the Yoruba. It is in this genre that the greatest possibilities of the Yoruba language as a literary expression are to be found. The subject may be a nation, a tribe, a clan, a person, an animal, or a lifeless object. The poem may be narrative or wholly descriptive. It abounds in epithets, very much like the Homeric ones, and the language in general is highly figurative.

The bard of old, who was both composer and public reciter, was versed in tribal history and lore as well as being witty. In this respect he was not only a poet but also a chronicler. Apart from describing the hero in general terms, a praise poem may devote some lines to narrating specific exploits in the life of the subject of praise. These bards are not mere flatterers. 'While they drew attention mainly to the good and praiseworthy, they also had the licence to make sharp criticisms of the habits of their subject. It is here that the bard found the greatest scope for his wit.'

The classification of poems which follows is based on the definition preceding each type depending on the theme or thought of the poem. It should be stated that most of what constitutes classical Yoruba poems are not written down, but some bards like Aríbilóṣŏ, Ṣobọ-Aróbíodu, and Akéwì have fragments of their works recorded in writing. Other examples can be found in the poetry of Ṣàngó worshippers, and the recitals of Ifa oracles and incantations of all sorts.

Because the idea of recitation is prominent in epic poems, some writers have asserted that Yoruba poetry is epic. Some even believe that it is mainly didactic. These assertion sarose from the fact that very little material was available for analysis. However, in the few books published and in collected material, it has been possible to recognize many kinds of poetry, examples of which are given in this book.

It is necessary, however, to state that in a long poem it is not uncommon to find some lines depicting one type of poetry or another. Some sections also show 'regular metre' in the classical sense. Here is a list of some of the books where some good examples of Yoruba poetry can be found:

Aiye Àkámarà, J. Ajiṣafẹ
Àkójọpọ̀ Ewì Àládùn, J. F. Ọdunjọ
Akojọpọ̀ Orin Ìbílẹ̀ Yoruba, P. O. Ogunbọwale
Arofọ Alawidọla, J. E. S. Oguji
Aròfọ D'Owe, J. E. S. Oguji

Awọn Akéwì, Parts I and II, D. A. Ọbasa
Awọn Irúnmalẹ̀ Ilẹ̀ Yoruba, P. O. Ogunbọwale
The Content and Form of Yoruba Ìjálá, S. A. Babalọla
Ẹni Ọlọ́run Kò Pa, P. O. Ogunbọwale
Ìjálá Aré Ọdẹ, O. Yemitan
Ìjálá Àtẹnudẹnu, S. A. Babalọla
Ìjìnlẹ̀ Ohùn Ẹnu Yorùbá, E. Laṣebikan.
Iwe Oriki Awọn Orílẹ Yoruba, E. A. Atilade
Ogun Kírìjì, O. Fagbamigbe
Ọlọ́run Ẹ̀san, G. I. Ojo
Oríkì, B. Gbadamọsi
Orin Yoruba, J. O. Ajibọla

Some journals and almanacs, particularly those of the 1920s, include some good examples of Yoruba poetry. In addition to journals like *Àwòrẹ́rìn, Olókun and Odù* and *Black Orpheus,* some categories of songs like *Àgídigbo, Sákàrà, Àpàlà, Jùjù, Ẹ̀gẹ̀* and *Rárà* contain examples of classical Yoruba poetry. C. C. Jordan, 'Towards an African Literature', *Africa South* October—December 1957.

The epic poem all over the world is based on heroic legends told in metrical language and seems to have been originally recited and not written. In Yoruba the epic poem is often called **Ohùn** (*word* or *voice*). An epic poem is usually long and has one theme. Examples of this type of poetry can be found in all *Oriki* and in *Ifa*. The *Oriki* of towns, gods and of people in *Oriki* by Bakare Gbadamọsi is a book of epic poems.[1]

In *Awọn Irunmalẹ Ilẹ Yoruba* the Oriki of the different gods treated are also epic poems.

For example, the Oriki of Ọbatala goes as follows:

Ọba ńlá,
Ò-rí-n'-ẹ́rù
Ò-jí-kùtù-ṣẹ̀rù
Ọba-ń'-'lé-Ifọ̀n
Alábălàṣẹ

[1] An epic is 'a narrative poem, noble in conception and style, which treats of a series of heroic exploits or significant events and usually centres upon the adventures and accomplishments of one hero'.

(1) 'Ifa ati Eṣu', *Olokun*, No. 2, September 1960, pp. 1–8

(2) (Wande Abimbọla, *Ọyẹku meji—Ijinlẹ Ohun Ẹnu Ifa*, pp. 16–122 University of Lagos)

Ọba tapatapa-n' Ìlé Ìrànjé
Ó yọ̀ kẹ́lẹ́kẹ́lẹ́' ó ta mí lọ́rẹ
Ó gbà á gìrì lọ́wọ́ òsìkà
Ó fi lé èmi aṣǒtọ́ lọ́wọ́
Ọba Ìgbò
Ọbanlá (the great king)
Whom we see and tremble
Who makes us tremble early in the morning
The king of élé-Ifọ́n
The king who wills and fulfils
The great king of Ile-Iranje
Quietly, he gave me presents
He took it by force from the wicked
And gave it to me, the just
The king of Igbo.

or as in a section of Ìyẹ́sí Ṣàngó which says:

Gbà mi lónǐ
Gbà mí lọ́la
B' ó bá d' ìrèní[2]
K' ó wá gb ọmọ ẹlòmíràn.
Come to my rescue today
Come to my aid tomorrow
Come to my rescue the day after tomorrow
And in four days' time
Come to the aid of the others.
More examples can be found in:
'Ifá' (Ọlaiya Fagbamigbe), *Olokun* No. 2, September 1960
'Irántí Àwọn Akọni Ọkùnrin' by Ọladipọ Yemitan in *Ijálá, Aré Ọdẹ.*

Lyric poems

These are short, lively poems in irregular metre. The idea of music is prominent in this type of poetry.

One of the commonest sayings of the Yoruba talking drum goes:

Ìwọ l' a fi ṣ' àgbà
Ìwọ l' a fi ṣe e
B' ẹ́nìkan ṣe kọ́ńdú-kọ̀ǹdù-kọ́ńdú

[2]Ọjọ́ mẹ́rin

Ìwọ l' a fi ṣ' àgbà
Ìwọ l' a fi ṣe e.
It is you we recognize as the head
It is you we made the head
Some other people might not be pleased with it
It is you we made the head
It is you we recognize as such.

Dr Bọlaji Idowu has this in *Olódùmaré*, p. 158:

Ìgbà tí o ńjẹ apá ajá,
Tal' o ké sí?
Ìgbà tí o ńjẹ igẹ̀ àgbò
Tal' o ké sí?
Ìgbàtí o ńfi apá òbúkọ wà 'kọ mu,
Tal' ó rí ọ!
Ǹjẹ́ Ọkùnrin Àrè
Obìrin Àrè
À-t' òní m' òní
À-t' àná m' àná
Erùngbọ̀n ìjẹ́ta:
Jẹ́kí Aláde jókŏ s' ínú ọ̀fìn
K' ó ma yí gbiri.
When you were feeding on dog's arms,
Whom did you invite?
When you were eating ram's breast,
Whom did you call?
When you were having corn-porridge with the front leg of a he-goat,
Who saw you?
Now 'Men of Àre!
Women of Àré!
It has been all day today,
It has been since yesterday,
It is now practically the third day':
Let the crowned one remain in the pit,
Rolling about.

Some local anthems of towns like Ìjẹ̀bú Imuṣin and Ẹ̀gbá come under the category of lyrics, e.g. part of the Egba National Anthem runs thus:

Lórí òkè àti pẹ̀tẹ́lẹ̀
Níbẹ̀ l' a gbé bí mi o
Níbẹ̀ l' a gbé tọ́ mi dàgbà

Ilẹ̀ òmìnira
Èmi yio f' Abẹ́òkúta ṣògo
Ó dúró lórí Olúmọ
'M' a yọ̀ l' órúkọ Ẹ̀gbá o
Èmi ọmọ Líṣàbí
'M' a yọ, 'M' a yọ o
Lórí Olúmọ
On hills and dales
There I was born
There I was nurtured into a man
The land of freedom
Abeokuta shall be my pride
It stands on top of the Olumọ
I shall rejoice in the name of the Egba
I, the son of Líṣàbí
I shall rejoice, I shall rejoice, I shall rejoice,
On Olúmọ
I shall rejoice, I shall rejoice, I shall rejoice,
On Olúmọ.

Dramatic poetry

Is the poetry of the stage where acting is the chief quality. This type of poetry is found among the hunters where one answers the questions of the other in poetical tones. Ègè, a famous song of the Ẹ̀gbá people, often develops into a drama when two experts meet. Good examples of these can be found in *Ìjìnlẹ̀ Ohùn Ẹnu Yorùbá* by E. L. Laṣebìkan in which two hunters are conversing. Other dramatic poems are to be found in *Ìjálá Aré Ọdẹ* by Ladipọ Yemitan. A typical one from *Olokun* No. 2, September 1960, is *Irú Ìwà Ọ̀pálábà* by D. A. Adeniji and I. A. Akinjogbin.
Enia: Ọ̀pálábà, ìyá rẹ ńkọ́?
Ọpalaba: Bàbá mi ḿbẹ.
Enia: Etirí ti o dáhùn lódì báyǐ?
Ọpalaba: Bí o bá bèrè ìyá mi, bàbá mi l' ó kù.
People: *Ọpalabà, how is your mother?*
Ọpalaba: *My father is well.*
People: *Why have you answered in this unusual way?*
Ọpalaba: *If you ask for my mother, the next is to ask for my father.*
Enia: Ọpálábà, o m̀a kú ìdájí o?
Ọpalaba: Àti ọ̀sán, àti alẹ́.

Enia: Kín 'ni ṣe tí o dáhùn bẹ́ẹ̀?
Ọpalaba: Bí a kí 'ni kú òwúrọ̀, ṣebí ó ku ọ̀sań, ó sì ku alẹ́?
People: *Ọpalaba, good morning to you.*
Ọpalaba: *And afternoon and evening.*
People: *Why did you answer like that?*
Ọpalaba: *Once you greet people good morning, the next is good afternoon and good evening.*

The following dialogue is from *Olódùmaré*, p. 176:

Priest: Tal' ó ni eku?
Suppliant: T' èmi o
Priest: Tal' ó ni ẹja?
Suppliant: T' èmi o.
Priest: Tal' ó ni aka?
Suppliant: T' èmi o.
Priest: Kíl' o mú wọn wá fún?
Suppliant: Kí ng l' ówó m' ówó,
Kí ng bí 'mọ lé 'mọ
Kí ng kọ́ 'lé mọ́ 'lé
Kí ng fi àtìtàn s' ẹ́hìn
Kí ng ṣẹ́gun ọ̀ta,
Kí ng r' ẹ́hìn odì,
Kí ng ní àìkú ṣ' ẹ̀gbọ́n ìwà,
L' ohun tí mo ṣe mú wọn wá.
Priest: *Whose are the rats?*
Suppliant: *Mine.*
Priest: *Whose are the fish?*
Suppliant: *Mine.*
Priest: *Whose is the hedgehog?*
Suppliant: *Mine.*
Priest: *Why have you brought them?*
Suppliant: *That I may have money upon money (plenty of money),*
That I may have children upon children (in increasing numbers),
That I may build houses upon houses (many houses),
That I may extend the boundaries of my property,
That I may be victorious over all my foes,
That I may see the end of all who bear me malice,
That I may possess immortality which is the best of all earthly goods,
Those are the reasons why I bring them.

Didactic poetry

Instructive poetry set in verse and embellished with poetic ornament. All the poems in the *Alawiye* series and the series *Ìmọ̀ràn Fùn Àwọn Ọmọdé* by E. A. Atilade are full of pieces of advice. Some examples of the latter are:

Má kẹ́gàn ọgbọ́n
Lọ́wọ́ ibi, ọgbọ́n ni igba 'ni
Ẹni ti ko fi ọgbọ́n ṣe 'ṣúra
Ọgbà ẹ̀wọ̀n ni yio gbà n' ítẹ̀.
Do not despise wisdom
It is wisdom that prevents us from evil.
Anyone who does not cherish wisdom
Will have the prison as his throne.

or

Ìwà ìkóríra kò sunwọ̀n
Ìwà ojúkòkòrò ni
Kò ní ìtẹ́lọ̀rùn sí ìpín tirẹ̀
Ó fẹ gbogbo onjẹ náà fún-'ra rẹ̀.
Hatred is not good,
It is covetousness.
He is not satisfied with his own things
He wants all the food for himself alone.

Gbéjẹ o n' íyì by J. O. Laṣore has this:

Gbé jẹ o n' íyì alájẹsẹ́
Kò yẹ k' a gbàgbé olóore
Ránti 'gbàtí ìgbẹ́kẹ̀lé pin
T' olóore dide bi aláàánú.
Ingrate! Take care that you may be respected
We should not forget our benefactors
Remember that when all hope was lost
The benefactor came up to us as the kind person who gave us help.

The *Akéwì* Books 1 and 2 and *Aiye Àkámarà* by Ajiṣafẹ are in the category of didactic poetry.

One of the chief ways in which the Yoruba teaches morals or prevents an abuse or misbehaviour in society is by means of songs. Here are some of them:

(1) A daughter is expected to know domestic work very well so that she may benefit herself as much as possible in her husband's house. This song always reminds her of her obligation.

Ẹlẹ́yà rẹ d' ilé ọkọ
Ẹlẹ́yà rẹ d' ilé ọkọ
Bàbá rẹ kò ní bá ọ dé 'bẹ̀
Ẹlẹ́yà rẹ d' ilé ọkọ
Ìyá rẹ kò ní bá ọ dé 'bẹ̀
Ẹlẹ́yà rẹ d' ilé ọkọ.
Your shame (humiliation) is in your husband's house
Your shame is in your husband's house
Your father will not go there with you
Your humiliation is in your husband's house
Your mother will not go there with you
Your shame is in your husband's house.

(2) A wife is expected to respect her brother and sister-in-law, but the brother or sister-in-law should also have regard for her. Hence,

Ẹ kú alálẹ!
Mo wá f' ọ̀rọ̀ kan lọ̀ nyín
Ìyàwó 'ò gbọdọ̀ bú bàbá ọkọ
Ìwọ nâ ṣe pẹ̀lẹ́, bàbá ọkọ.
Good evening,
I come to seek your advice about a certain matter
My wife should not abuse her brother-in-law
You too, brother-in-law, should mind your behaviour.

(3) Theft is hated. The first sign of it is made public so that the person will stop stealing.

Ẹ r'ójú olè, ẹ ò mú u
Ẹ r'ójú olè, ẹ ò mú u
Ọmọ nyín kò ṣ' àgbàfọ̀
O ńk'aṣọ wa 'lé
Ẹ r' ójú olè, ẹ ò mú u.
You see a thief, you do not arrest him
You see a thief, you do not arrest him.
Your child is not a washerman by trade, he brings home clothes.
You see a thief, you do not arrest him.

Pastoral poetry

The poetry of rural life. Our first example is from *Ìjálá Àtẹnudẹ́nu* by Boye Babalọla.

Ìgbà tí mo gbọ́ 'ròhìn ẹgàn
Orí yá mi
Nwọn l' ẹtu ńj' ewé gbégbé
Nwọn l' ẹkìrì ńj' ewé ọ̀bọ̀bọ̀
Nwọn tún l' ẹ́tu ibẹ̀ kò mọ̀ 'ni
Nwọn sì ní 'gàrè ibẹ̀ kò mọ 'nia
Nígbàtí ng o tún gbọ́
Nwọn ní Tùkú f' oko àna mi jẹ
Ó dàbí ng gb' ẹrù n' ílẹ̀ lọla ki ng ma lọ
Oko etílé n' íwọ̀sí
Oke ẹgàn l' ẹ́gbin
Ìwosí oko ẹgàn ko niwọ̀n.
When I heard the news of the jungle
I was inspired
The antelopes there are said to eat ***gbégbé*** *leaves.*
It was said that the ***ekiri*** *ate* ***ọbọbọ*** *leaves*
They even say that the antelope there did not recognize human beings.
And they said again that the ***igàrè*** *(animal) there did not know human beings.*
And I heard again
That the wild boar had eaten up the crops of my relations
I wish I were able to take up my load and travel tomorrow
There is insult in having a farm near the town
One experiences insult in the jungle
The insult one experiences in the jungle is beyond reasonable measures.
(i.e. life is hard in the jungle.)

Olódùmarè, p. 178 has:

Ẹ má pè mí n' ípè ẹ p' agbe
K' ágbe tó d' áláró igbó.
Ẹ má pè mí n' ípè ẹ p' àlùkò
K' álùkò to d' olósùn ẹgàn:
Ẹ má pè mí n' ípè ẹ p' òbùró
K' óbùró tó d' aláwí-rìn ẹiyẹ nínú oko.
Do not telepathize me as you did ***agbe,***
So that ***agbe*** *became the indigo-coloured one of the forest;*
Do not telepathize me as you did ***àlùkò,***
So that ***àlùkò*** *became the camwood-coloured one of the wilderness;*
Do not telepathize me as you did ***òbùro,***
So that ***òbùró***[3] *became the vagrant-babbler of the groves.*

[3]These are all names of birds.

Satire

The poetry which exposes and censures the faults of persons or communities. This type of poetry is very rare because the society tries to prevent it. When, however, it is used, its purpose is to correct an evil rather than to abuse the person or community.

(1) Ẹni mú Ẹ̀gbá kò mú ẹrú
Ẹni fẹ́ Rẹ́mọ, kò fẹ́ obìrin.
He who captures an Ẹ̀gbá captures no slave.
He who marries a Rẹ́mọ woman marries no wife.

(2) When in the 1940s entertainment tax was introduced in Akẹokuta, a group of drummers were expected to pay tax. The **Aláré Igbá,** *Igbá beaters,* satirized the law passed by the Abẹokuta Town Council by singing:

A ó máá lu 'gbá wa l' óko
A ó máá lu 'gbá wa l' ọko
B' ará ilé ṣòfin sákárà
A ó máa lu 'gbá wa l' óko.
We shall beat our calabashes in our villages
We shall beat our calabashes in our villages
If the townspeople forbid ***sákárà*** *drums*
We shall be beating our calabashes in our villages.

(3) The Ìjẹ̀ṣa people were cloth-sellers in Ẹ̀gbá villages in the olden days. Their harsh attitude to their customers who had no money to pay at the agreed time was put into this song:[4]

Ìjàngbọ̀n l' ó rà
Ìjàngbọ̀n l' ó rà
Ẹni r' aṣọ Ọ̀ṣómǎló[5]
Ìjàngbọ̀n l' ó rà
He buys trouble
He buys trouble
He who buys Ọ̀ṣólmǎló cloth
He buys trouble.

[4]There were cases when those who bought cloths from the Ijẹṣa people ran away before the appointed day because they could not get the money to pay. The Ijẹṣa cloth-sellers adopted the tactics of intimidation, harassing and ill treating the debtors to make them pay before the appointed day; so the Ẹgba satirized the ill-treatment only and suppressed the cause of the ill-treatment.

[5]Ọ̀ṣómǎló is a nickname for the Ijẹṣa cloth-sellers.

(4) Villagers are always expected to clear or keep clean the road to their villages. However, at one time the inhabitants of a town named Òwu could not clear their road in time, so people who came to visit the village sang:

Kò yẹ̀ 'nà o
Kò yẹ̀ 'nà o
Ibo l' á ó bá wọ̀ 'lǔ o?
Ibo l' á o bá wọ̀ 'lǔ?
Ará Òwu kò yẹ̀ 'nà.
They have cleared the road
They have cleared the road
By which road shall we enter the town?
How can we enter the town?
Owu people have cleared the road.

(5) The attitude of the European in the colonial days as well as his dress in comparison with the Yoruba flowing gown is satirized in this poem:

A-wọ̀-'lú má k' ẹ́nìkan
[6]O-wọ̀-ọ̀dẹ̀dẹ̀-fi-nǹkan-rọ̀
Àgbàlágbà tí ńw' ẹ̀wu ọmọ kékéré
Àbàtàbútú àlejò tí ńlọ
Tí ńmú onílé lọ́wọ́ . . .
(Unpublished work, S. A. Ọlayẹmi)
He who entered the city and greeted no one.
He entered the house and hung something up
An elderly person who put on the dress of a small child
A wonderful visitor who, on going away,
Took the landlord with him.[7]

Elegiac poetry

Is the expression of lamentation. Many of our funeral songs are lamentations: poems that are often soft and slow in movement. At times the Oríkì of a dead person is said in such a metre as to bring it into the category of an elegy.

[6]Ò = Ẹni tí ó

[7]In traditional society the chief did not leave his compound to see someone off. European visitors expected him to do so, and even to accompany them to the next town.

(1) In 1933 Ṣobọ̀ Aróbíodu had this to say after the death of Rev. J. M. Coquard, the founder of the Sacred Heart Hospital, Abẹokuta.

Ẹnyin ọmọdé Ẹ̀gbá!
Ẹ kò ńgb' óhùn mi **nọ** (ndan)?
Ẽmí Ṣóbọ̀ Aróbíodu
Àlàṣàrò ọ̀rọ̀
Ikú p' ẹní là
Ikú p' ẹni kò là
Ikú **yĭ** pa Pâdì l' Ìtẹsi (ti o)
Ó f' ìyà j' òtòṣì
Ẹ ò dẹ bí mí lébì **ip'** ó ti ṣe (i. sì; ii. gẹ́gẹ́bí)
Igbi Pâdì wà l'aiye (ìgbàtí)
Kò sí tálákà **yĭ** jẹ́ wọ 'lé rẹ̀ (ti o)
K' ó má ṣè é l'óore.
You Ẹgba youths!
Don't you hear my voice?
I, Sóbọ̀ Aróbíodu
The oral poet,
Death killed the rich
It killed the poor
The death of the 'Padre' at Itesi
Brought distress to the poor
Won't you ask me why?
When the Padre was living
No poor would enter into his house
Without receiving some kindness.

(2) Repetition is sometimes used to create the effect of lamentation. Ọladipọ Yemitan brings this out in 'Irántí Àwọn Akọní Ọkùnrin' when he says:

Gbogbo wọn ti lọ
Gbogbo wọn ti lọ
Gbogbo àgbà t' a ńf' ọlá rẹ̀ rìn
Gbogbo wọ́n ti lọ.
They have all gone (*died*)
They have all gone
The elders under whose influence we moved about
They have all gone.

(3) One of our funeral songs goes as follows:

Ó ṣe, ó pọ̀,

F

Ìjàiyè ni mo lọ
Ó ṣe, ó pọ̀,
Mo ti r' Ògùn lọ fọ 'ṣọ
Igbi mo dé 'lé (ìgba tí)
Ng kò b' ẹ́ni mi
Ojú mi nṣ'omi gbéré
It is a pity, great pity it is
I went to Ijaiye
It is a pity, great pity it is
I went to Ogun (river) to wash clothes
When I returned home
I did not find my beloved
My eyes shed tears.

A few more poems

Iṣẹ́ Àgbẹ̀ (*Farming*)

Ọ̀rẹ́ mi b'o ô lè r'oko
Kan sáá rá si' ẹni tí ńr'oko
Ọ̀rẹ́ mi b'o ô lè ṣ'àgbẹ̀
Ó yẹ kí o bu 'yì kún 'ṣẹ́ àgbẹ̀
B' émi ní ńṣ'àwàdà, bí mò ńṣèké
Ìwọ́ bá mi ká re 'nú oko

Ọ̀rẹ́ mi b' ó 'ò lè re 'ta
Ìwọ w' ata b'o ó tí pọ́n lọ!
Ọ̀rẹ́ b' ô bá lè yín 'pà
Ìwọ w' ẹ̀pà t' ó ta kálẹ̀ l' ébè!
W' àgbàdo ti gb' ọ́mọ pọ̀n lârín oko,
Ìwọ wo iṣu b' ó ti tóbi lọ!

B' ágbẹ̀ bá kọ̀ tí kò ṣ' àgbẹ̀
Tí ará oko kọ̀ tí kò r' oko:
Àní bí nwọn sì tilẹ̀ ṣ' àgbẹ̀
Tí nwọn d' ẹ́iyẹ s' áwa tí kò ṣ' àgbẹ̀
Tí nwọn kò ta 'jà fún wa mọ́ ńkọ́
Kíni gbogbo wa ó maa jẹ?

À bá jẹ bébà, k' a jẹ 'rin
Bóyá a rí bí oyin l'ẹ́nu;
À bá jẹ tírà, à bá j' ọ̀dà,

(Ọmọ wa ìbá jẹ níbẹ̀ dánwò)
À bá jẹ tákàdá wò bí í-ti rí
Bóyá a tú búẹ́ bí iṣu l' ẹ́nu.

(Adebayọ Faleti, verses 2, 3, 5 and 7 taken from *Olokun*, No. 2)

My friend, if you cannot do farming
Praise the farmer
My friend, if you cannot be a farmer
You must honour the farmer's work
If you think I am joking or telling lies
You follow me to the farm.

My friend, if you cannot harvest pepper,
See how ripe pepper is on the farm
Friend, if you cannot remove the shells of groundnuts
See how groundnut plants have spread on the ridges!
See how maize plants stand with ripe cobs!
See how ripe yams are!

Suppose the farmers refused to farm
And the villagers refused to weed their farms
Even if they farm
But boycott those of us who are not farmers
And refuse to sell farm products to us
What shall we all eat?

We might eat paper, and iron
Perhaps it would be as sweet as honey
We might eat charms, we might eat paints
(*Our children might have eaten of it for a trial*)
We might have eaten the hard paper to see how it would be
Perhaps it would be as soft as yam in our mouth.

Ìkùnsínú (*Monologue*)

Owó wù mí, ng kò rí 'ṣẹ́,
Kàn-nà-ǹgó wù mí, ng kò l' óyè
Òtítọ́ inú wù mí, aiye kò fẹ́ gbọ́ ọ ni.

Ọdẹ́ wù mí ng kò l' ápó
Àgbẹ̀ wù mí ng kò ní ilẹ̀;
Iṣẹ́ ọwọ́ wù mi, òde kò ṣẹ ni.

Àwárí wù mí, ng kò l' ọ́gbọ́n
Ìṣèlú wù mí ng kò rí ìbò
Òmìnira wù mí, ng kò m' àyínìke

Aráiyé, mo ní ẹ tẹ́ 'tí, ẹ gbọ́,
Èrò ọ̀nà, ẹ farabalẹ̀, ẹ mọ̀;
Ará òréré, ẹ yà wá wò 'ran.

Òtítọ́ inú 'un l' ó yẹ 'mọ aráiyé,
Ìwà ọ̀dàlẹ̀ kò sunwọ̀n l' ọ́gbà;
Iṣẹ́ ìmẹ́lẹ́ kò lè gbé 'ni ga.

Ìfẹ́, 'un l' ó m'áiyé gún
Ànìkànjẹ kò yẹ 'mọ enia;
Bí o rí jẹ, kí o f' ẹ́nìkéjì rẹ.

(I. A. Akínjógbìn, verses 2, 3, 5, 8, 9 and 10 taken from *Olokun*, No. 2, 1960)

I want money, but I have no work

I want Kànnàǹgọ̀ (a drum), but I have no title
I like truth, but the world does not like to hear it.

I like hunting, but I have no apó (a small bag in which dangerous medicines are kept).
I like farming, but I have no land
I like handicraft, but goods do not sell these days.

I like research work, but I have no wisdom

I like to be a legislator but I lack electors' votes
I like freedom, but I don't know how to deceive people

The world, please listen and hear,
Passers-by, be patient to know
People at a distance, come and see what is happening.

It is truthfulness which befits the world
Deceit does not befit our age
We can't rise by evading part of our normal duty.

It is love which can set the world right
Selfishness does not befit humanity
If you have something to eat, try to give a little to others.

Learn from the experience of the elders

Ọjọ́ 'ò t' ọ́jọ́, ọ̀jọ̀, 'ò t' ọ́jọ̀
Tí mo r' òde rě ká 'ṣin;
Mo dúró dúró, ọwọ́ mi ò tó 'ṣin;
Mo bẹ̀rẹ̀ bẹ̀rẹ̀, ọwọ́ mi ò tó 'ṣin;
Awọn àgbà kàn, àgbà kàn,
Ni nwọ́n kọ́ mi pé kí ng dùbú yẹ́kẹ́;
Igbá tí mo dùbú yẹ́kẹ́
Ni gbogbo iṣin wá ńkán sí mi l' ẹ́nu.

(From *Olódùmarè* by Dr Bọlaji Idowu)

That was a day of days
When I went out to pluck ***iṣin***[8]*:*
I reached as high as I could, my hands did not reach the ***iṣin****;*
I stooped down all I could, my hands did not reach the ***iṣin****;*
Some venerable elder
It was, who came and taught me to lean sideways:
It was when I leant sideways
That ***iṣin*** *in countless numbers dropped their juice in my mouth.*

Tọ́jú ìwà rẹ (*Take care of your manners*)
Tọ́jú ìwà rẹ, ọ̀rẹ́ mi!
Ọlá a ma ṣi lọ n' ílé ẹni,
Ẹwà a sì ma ṣì l' ára enia,
Olówó òní ńdi olòṣì b' ó d' ọ̀la
Òkun l' ọ́la, òkun n' ìgbì ọrọ̀,
Gbogbo wọn l' ó ńṣí lọ n' ílé ẹni;
Ṣùgbọ́n ìwà ni ḿbá 'ni dé sàrẹ́ẹ̀,
Owó kò jẹ́ nkan fún 'ni,
Ìwà l' ẹwà l' ọmọ enia.
Bí o l' ówó bí o kò ní 'wà ńkọ́,
Taní jẹ́ f' inú tán ọ bá ṣ' ohun rere?
Tàbí bí o sì ṣe obìrin rọ̀gbọ̀dọ̀,
Bí o bá jìnà sí 'wà tí ẹ̀dá ńfẹ́,
Taní jẹ́ fẹ́ ọ s' ílé bí aya?
Tàbí bí o jẹ́ oníjìbìtì enia,
Bí a tilẹ̀ mọ ìwé àmọ̀dájú,
Taní jẹ́ gbé 'ṣẹ́ Aje fún ọ ṣe?

[8]Akee *apple*

Tọ́jú ìwà rẹ'ọ̀rẹ́ mi,
Ìwà kò sí, ẹ̀kọ́ d' ègbé,
Gbogbo aiye ni ńfẹ́ 'ni t' ó jẹ́ rere.

(J. F. Ọdunjọ, *Alawiye* Keji, p. 8)

Take care of your manners, my friend!
Honour sometimes deserts our homes,
And beauty sometimes fades
The rich today may be poor tomorrow.
Honour is like the sea, the wave of wealth is like the sea
It can escape from our homes
But manners accompany us to the grave
Money means nothing to humanity.
Manners are the beauty of humanity.
If you have money but no manners,
Who will repose confidence in you?
Or if you are a very buxom, beautiful woman
But you lack the behaviour which people like,
Who will ever take you into his house as a wife?
Or if you swindle people,
And you are highly educated,
Who will ever trust you with monetary affairs?
Take care of your manners, my friend.
Without manners, education is of no value,
The whole world loves someone with good behaviour.

Àṣàrò nípa ọ̀wọ́n ọjà l' ásìkò ogun (*Thoughts on the scarcity of articles during the war*)

Èmi ẹni nwọn ńsọ p' ó gọ̀
Tí kò sí tiwọn,
A-ti-kékeré **ròyìn** ọ̀tẹ̀.
Ogun **yĭ** kọjá mi 'lẹ̀ dé **tiwa**,
Ó b' ògìrì pọ̀jù.
Ẹnyin ẹgbẹ́ olísòwò, ẹ kú ewu,
Ẹ kú àjàyè!
Dede **iwún** wọ́pọ̀ **re dè** wọ́n kiri
L' **ásèkò** ọ̀tẹ̀
Iyọ̀ rĕ kọ́ di gôlù lí tiwa
Ìgb' ìgbà tún le díẹ̀
Ẹ̀tù ibọn d' iwun a kò lè rà.

Ìgo' ẹ̀tù kò **dẹ̀** sí, ẹran di wíwò l'íran,
Ǹṣe a tún ḿb' ẹ́ranko pàdé kâkiri
Bí enia.
Aṣọ di gôlù, gbogbo wa ńké tantan:
Enia kò gbọ́dọ̀ gb' ójú l' ógun ṣílè
La ra bàtà l' Ẹ̀hìngbẹ̀tì.
Bộsì kò dẹ̀ ṣe wọ̀ lí kọ́bọ̀
Af' a bá mú tọ́rọ́ **ti 'ra**
L' ásèkò yẹ̀n.
Igbi Sàpáàsì sọ bọ́ọ̀sì di tọ́rọ́
Àsíkùwe sọ pépà d' ẹgbẹ̀ta,
Ogun ngb' omi bí ọ̀wọ̀wọ̀.
Bákẹ̀ ọ̀wọ́n pépà àti pẹtirọ́ọ̀lù **rĕ** ńṣe 'ni,
Kì ṣ' àwọ̀nyẹ̀n.
Ìyí mo rí pọ̀ tó l' ígb' ogun,
L' ásèkò ìjà.
Igb' ogun bẹ̀rẹ̀ **rĕ** mo r' ákọ̀wé yìí ńf' ẹsẹ̀ s' íta
Kí kò wọ̀ 'bọ̀sẹ̀.
Àkẹ́tẹ̀ d' **ọ̀wọ́n** gógó,
Ledí Èkó ńdé **apeji** fẹ̀rẹ̀gẹ̀dẹ̀.

(J. E. S. Oguji, *Ìwé Àròfọ̀ Aláwídọ̀la*, written in Ẹ̀gbá dialect)

ròyìn, ròhìn
yĭ, tí ó
tiwa, ìlú wa, adùgòo wa, ọ̀dọ̀ wa
iwun, ohun
rĕ dẹ̀, ni ó sì
ásèkò, àsìkò; àkókò
Igbì, ìgbà tí
La, lọ (lati)
ti 'ra, ti ara, sí ọ̀dọ̀, sí ọwọ́, sí àpò
Bákẹ̀, ṣùgbọ́n
rĕ, ni
ọ̀wọ́n, ọ̀hán
Ìyi, èyí tí
apeji, ohun ti a fi ìko hun, tí a fi ḿbo orí nínú òjò.

I, the person who they said was stupid
But who did not mind what they said
The person who from youth was able to report on civil wars.
The effect of the last war was felt in our area

It was very grievous.
Society of traders, congratulations!
Hearty congratulations!
Things which were cheap became very dear everywhere
During the war.
Salt was the first to become gold in our place
When life became more difficult
There was a dearth of gunpowder.
When there was no gunpowder the animals were at large
We began to meet them everywhere
As if they were human beings.
Clothes became gold and we all wept bitterly
One could not depend on twenty shillings
To buy a pair of shoes at Ẹhingbẹti (commercial area of Lagos)
One could not have a ride in the bus for a penny
Unless one had three pence
At that time,
When Zarpas increased bus fare to three pence
Azikwe increased the cost of newspapers to three half-pence
And the war became very tense.
But it is the cost of newsprint and petrol which were responsible for our difficulties
Not those people.
I saw much to speak about during the war
During the time of fighting
It was during the war that I saw a clerk with bare feet
Not even wearing a pair of socks.
Hats became very costly
And Lagos ladies were wearing wide-brimmed straw hats.
(The wide-brimmed hats were generally called *win-the-war hats*. They were made of raffia of different colours, and decorated with cloth ribbons.)

Nursery Rhymes

(1) Ọmọdé yìí, pọ̀n s' ẹ́hìn
Ẹ̀hìn n' ilé ọmọ
Pọ̀n s' ẹ́hìn
Ẹ̀hìn n' ilé ọmọ
Dear child, sleep on the back
The back is the home of the child

Stay on the back
The back is the home of the child.

(2) Ó tó o,
Má dẹ̀ ké o
Bí ng bá r' ólúkerédè
Ma rà á ẹ.
Keep quiet
Don't cry again
If I see a toy
I shall buy it for you.

(3) Abiyamọ Kéǹdèré
Ẹni máa b' íbejì
Yíó s' ẹ̀wà wá
Kéǹdèré.
O, nursing mother Kéǹdèré
The person who wants to have twins
Shall prepare beans
Kéǹdèré.

(4) Jìmí o
Kò r' oko
Jìmí o
Kò r' odò
B' ó bá jí
A gb' ọ̀bẹ̀ ka 'ná
B' ó j' ẹ̀bà tán
A ṣe 'kùn roǹdo
Ọmọ ọlọ́rọ̀ tí ńjẹ 'yin awó
Ọmọ ọlọ́rọ̀ tí ńj' ẹyin awó.
Jìmí!
He does not go to the farm
Jìmí!
He does not go to the stream
When he wakes up
He warms the soup
After eating ẹ̀bà
He has a round belly
Child of rich parents, he eats guinea-fowl eggs.

A few examples of Yoruba songs

From Ìkálẹ̀ in Òkìtìpupa Division, stressing the importance of children.

'Ba mi, 'yè mi
É tòṣì rí o
'M' a m'ọ́mọ ṣe rere
Egbe: Owó, ọmọ,
A bá mi dé 'lé.
My father, my mother
Were never poor
I shall prosper with children
Chorus: *Money and children*
Will go home with me

From Íláwẹ̀ (Èkìtì), sung during the scarcity of table salt.

Mo kó 'lá, mo k' álùbọ́sà
Mó kó 'yọ̀ aláiyélu
É mà dùn 'bẹ̀ o
Èpè ni 'm' a mú 'ni rán s' Óyìnbó Àkúrẹ́ o e.
I bought okro and bought onions
I bought a pennyworth of salt
It was not sufficient to sweeten the soup
It is a curse I shall send to the European boss at Akurẹ.

From Ìjerò (Ekiti)

Abá mẹ́ta mo b' Ólúwa dá
Kí mi lè sin 'bà mi
Ma gbẹ̀hìn sin 'yè mi o
Ọmọ l' a sin mi o.
I made three requests to God
That I may bury my father
That I may live to bury my mother
And that my own child should bury me.

War song from Ileṣa

Ìjẹ̀ṣà rě,
Arógunyọ̀
Yě sọ́ si gbọ́dọ̀ f' ọ'ọ́ kan 'mọ Obòkun?

Here are the Ijesa
Who never frown to go to war.
Who dares to touch (trouble) the children of Obòkun?
A ká ògbìgbò m' órí igi o
Ọ̀gbìgbò
À á wò bí ẹiyẹ́ ti a fò
Ògbìgbò.
We caught a bird, an ògbìgbò, *on top of the tree*
Ògbìgbò
Let's see if the bird can fly away scotfree
Ògbìgbò.

From Abẹ́òkútá

(1) Méjèjì ni ẹ sáré
Méjèjì ni ẹ sáré
Bí ẹ bá sáré owó
Ẹ tún sáré ọmọ
Méjèjì ni ẹ sáré
You should pursue the two
You should pursue the two
Whilst you run after money
You should also run after children
You should pursue both.

(2) When enamel plates were introduced, the Ẹ̀gbá refused at first to use them for several reasons, one of which was that the enamel plate could not keep their food hot for as long as the calabash (**ìgbá**) would do. In the song they said they would not even drink water from enamel basins.

Káráda, kàràda
Káráda, kàràda
A kò ní f' àwò b' omi mu.
The calabash, the calabash
The calabash, the calabash
We shall not drink water from enamel basins.

(3) Ohun tí ẹ pé a ṣe,
Kì íṣ' àwa' Kì íṣ' àwa
Ohun tí ẹ pé a ṣe
Kì íṣ' àwa

Kì íṣ' àwa.
Olíyìdé kò rọ 'wó o
Ohun tí ẹ pé a ṣe
Kì íṣ' àwa.
What you said we did
We did not do it, we did not do it
What you said we did
We were not the doers of it
Oliyide did not mint money illegally
What you said we did
We were not the doers of it.

Chapter 22

Principles of Yoruba verse

Edward Sapir says in *Language*, '... Latin and Greek verse depends on the principle of contrasting weights; English verse, on the principle of contrasting stresses; French verse, on the principles of number and echo; Chinese verse, on the principles of number, echo, and contrasting pitches. Each of these rhythmic systems proceeds from the unconscious dynamic habit of the language, falling from the lips of the folk.' What principle or principles do we notice in Yoruba verse? It is certain that a large collection of Yoruba poems in all the different dialects will reveal many characteristics on which general rules can be firmly based. However, the following have already been noticed in Yoruba verse:

(1) The length of the lines of poetry in Yoruba is based on balance of thought.

Eléte kò pa a lójú ẹni
Ẹ̀hìn ẹni l' ă gbìmọ̀ràn ìkà (*Awọ̀n Akewi*, Part II)
A conspirator does not hatch his plots in one's presence
A wicked design is planned behind one's back.

Bí ìwọ̀ bá ńṣe àṣelékè
Nwọn yio fi ojú sí ọ lára. (*Aiye Akamara*, No. 37)
If you are very fond of excesses
You open yourself to suspicion.

Bí a kò rí ẹni fẹ̀hìntì
Bí ọ̀lẹ l' àá rí
Bí a kò r' ẹ́ni gbójúlé
À tẹra mọ́ iṣẹ́ ẹni (J. F. Ọdunjọ, *Alawiye*, Part II)

If you have no one to depend upon
You appear as a lazy person
If we have no one to rely on,
It's best to pay attention to our job.

(2) There is an alternation of tones at the end of the lines to avoid monotony. It should be stated that, in a normal Yoruba poem, not more than three consecutive lines end on the same pitch.

Ẹ̀nyin ọmọdé Ẹ̀gbá	high
Ẹ kò ngb' óhùn mi na	middle
Èmi Ṣóbọ̀, Aróbíodu	middle
Aláṣ**àrò ọ̀rọ̀**	low
Ikú p' ẹní là	low
Ikú p' ẹni kò là	low
Ikú yǐ pa Pâdì l' Ìtẹsi	middle
O f' **ìyà j' òtòṣi**[1]	

(Ṣóbọ̀ Aróbíodu; see the translation on p. 161)

(3) In a type of poetry known as *Àròfọ̀* in Ẹ̀gbá dialect, a long line is generally followed by a short one which ends in a low tone. This marks the end of a definite idea or thought. This is typical of Ṣóbọ̀ Aróbíodu's work and it is the pattern of some of the pieces in *Àròfọ́dòwe* and *Àrofọ̀ Aláwídọ̀la* by J. E. S. Oguji from which the following lines have been taken.

K' á má kú 'Kú mọ́tò àt' ikú omi
K' á má tàràkà
May we not die in a motor accident or in water
May we not be an uncared-for person.

Ẹni ọ̀nà bá jẹ 'lé rẹ̀, k' ó dẹ̀ j' oko
A d' ọ́dọ̀ ìgbìmọ̀
The person through whose house and farm the new street is due to pass
Will appeal to the council.

Iye ẹní wà n'nú 'ṣẹ́ tíṣà, ẹ f' ara w'Ólúwa wa Ẹ f' ẹ̀ṣẹ̀ jìn.
People who are in the teaching profession should imitate our Lord.
Try to forgive people who offend you.

(4) The use of repetition or refrains is common in Yoruba songs and particularly in *Ìjálá* poetry.

[1]Ṣóbọ̀ Aróbíodu's poems are known by the sequence of syllables with low tones. This sometimes marks the conclusion of a stanza or the end of a definite idea.

Gbogbo wọn ti lọ
Gbogbo wọn ti lọ
Àwọn àgbà t' a ńf' ọlá rẹ̀ rìn
Gbogbo wọn ti lọ. (Ọladipọ Yemitan, *Ìjálá, Aré Ọdẹ́.*)
Ó fẹ́rẹ̀ tó ná o
Kòì tó
Ikun 'mú arúgbó
Kòì tó
Jọ̀jọ̀ lọ́rùn ajẹ̀wà
Kòì tó
Ikú l' ẹ̀kẹ́ òkété
Kòì tó
Ó fẹ́rè tó ná o
Kòì tó . . . Boye (Babalọla, *Ìjála Àtẹnudẹ́nu*)
A kì iṣe méjì l' ábà Àlàdó,
B' o bá jẹ iṣu, o kò ni mu omi,
B' o bá mu omi, o kò ni jẹ iṣu. (E. A. Atilade)
It is forbidden to do two things in Alade's farm hut:
If you eat yam, you won't drink water;
If you drink water, you won't eat yam.

(5) Rhetorical questions are often employed in Yoruba narrative poems. They set problems which they solve in the pieces and there are lines like those in bold:

Ìjà kan, ìjà[2] kàn
Tí nwọn jà l' Ọ́fà ńkọ́
Ojú tal' ó tó díẹ ń'bẹ (Babalọla)
The fight, that fight
They fought in Ọ̀fà
Who witnessed part of it?

Ikú yǐ pa Pâdǐ l' Ítẹsi
Ó f' ìyà j' òtòṣì
Ẹ ò dẹ̀ bí mi lébì ip' ó ti ṣe? (Ṣobọ̀ Aróbíodu)
The death which killed the padre at Itesi
Brought distress to the poor
But why don't you ask me why?

[2]'Humour-motivated alteration of the usual tone sequence of particular words,' Dr S. A. Babalọla. This, according to him, is the desire of the Ijala chanters to amuse their audience.

Ijọ̀ àgbàdọ́ nt' Olúfẹ̀ bọ̀
Aṣọ kíl' o fi bora? (Babalọla)
The day when Maize was coming from Olúfẹ̀
What clothes did it wear?

(6) There is a noticeable systematic rise in the number of syllables as well as in the tempo of the music in epic poems, particularly some of the *Oríkì*.

Adéṣùsì	1111
Adérìnkọla	11111
Ọmọ Ọbaláganran	1111111
Ọmọ Ògúnyàn-ọ̀gẹ̀dẹ̀	11111111
Ìpákó oníbodè-ẹyìn	111111111
Ìbàdàn	111
Ọmọ Olúyọ̀lé	111111
Ọmọ Afìkarawunfórimu	1111111111
Òdì mọ̀dé 'rẹsà	111111
Ọmọ ẹlẹ́gbàá ọ̀pẹ	11111111
Ọmọ ẹ́lẹ́gbàáji ọ̀pẹ	111111111

(Bakare Gbadamọsi, *Oríkì*, p. 24)

(7) A play upon words is employed.

(a) Play upon the word **ka**
Nwọn l' ẹnu 'ò ká ọ
Ó ní, 'Aṣọ ha ká mi bi?'
They said 'You do not take advice'
(Lit. *They say the mouth cannot go round you.*)
He replied, 'But you see that the cloth does not go round me.'

(b) Ohun a ńwa lọ si **Ṣókótó**.
Wà l' ápo **ṣòkòtò**.
What we were going to look for in Ṣòkòtò (*town*)
We found in the pocket of our ṣòkòtò (*trousers*).

(c) Ọjọ́ 'ò **tọ́jọ́**
Ọjọ 'ò **tọjọ̀** (**Olodumare**)
Ọmọ olódò kan **òtéréré**
Ọmọ olódò kan **ọ̀tàràrà**
Ó w' érin dé 'lé **rẹ́fúréfú**
Kò b' érin n' íle **rẹ̀fùrẹ̀fù**
Ó tún w' érin dé 'lé **rẹfurẹfu**
Kò b' érin n' ílé **rẹ̀fùrẹ̀fù** (Babalọla)

(8) Sometimes Yoruba poetry resembles Western verse. Here are some examples:

(a) Ẹni dá 'rí sọ apá[3]
Apá a pá a
Eni dá 'rí sọ ìrókò
Ìrókò a kò ó.

(b) In the poem *L'ẹ̀bǎ Odò Ọya* Ṣẹgun Odunuga says:

Mo ṣe 'lérí fún ọ, olùfẹ́ òdodo,
Ìṣòro lè rọ̀ lé mi lórí dòdò
Ṣùgbọ́n ìfẹ́ mi kì ó yẹ̀
Ng ó fẹ́ràn rẹ b' o ti yẹ
Ìdùn-nú ni ng ó ma fi rántí rẹ
Nígbàgbogbo pé, 'emi ni olùfẹ́ rẹ'.
Báyǐ l' a ṣe pínyà
L' ẹ́bǎ odo Ọya
Ẹni mo fẹ́ràn jù
Fi mi sílẹ̀ ní 'jù
Ki ng ma ronú rẹ̀
Lai, ng o ma ranti rẹ.
I promise you, my true beloved,
Difficulties may hang heavily above my head
But my love will never falter
As it should be, I shall love you
I shall always remember with happiness
That you are my love.
Thus we parted
By the side of the Niger River
The one I love most
Left me in the wilderness
To think about her
Forever, I shall always remember you.

To these may be added:

(i) Special grammatical features.
(ii) Departures from the logical dictates of direct speech rules,
(iii) and poetic clichés.[4]

[3]Another example of play on tones.
[4]S. A. Babalọla, *The content and form of Yoruba Ijálá.*

(9) Special grammatical features occur in *Ìjálá* and in other forms of oral literature in Yoruba, e.g. proverbs and riddles, but not in normal spoken Yoruba.

(a) The use of nouns or noun phrases without verbs.
Adé orí olú. *Crown on head chief.* (Meaning the crown on his head is unrivalled.)
Àjèjé ọgọ́fà oyè. *Single one six score chieftaincy titles.* (i.e. *He alone had six score chieftaincy titles.*)
Apá akítí kànnàkànnà. *A monkey's arm a sling.* (i.e. *He once killed a baboon and used the skin from one of its arms to make a sling.*)

(b) Significant absence of connectives:
Ìrè ìí ṣe 'lé Ògún. *Ire was not Ogun's home.*
Ẹmu l' Ògún yà mu. '*It was palm-wine Ogun called to drink.*'

In normal speech there would be a connective such as **níbẹ̀**, *there.*
Kò rí pa lónǐ. *He killed none today.*
Òyò n' baba wá pa. *It was a bird our father killed.*

Here a normal connective like **ṣùgbọ́n**, *but*, is omitted.
T' ó jó, lè kàn, lè jà. *Who danced and could clash and could fight.*

In ordinary speech this would be:
T' ó jó, t' ó sì lè kàn, t' ó sì lè jà. *Who danced and could clash and could also fight.*

(c) Omission of words normally included in common speech.
Adìẹ gbé 'lẹ̀, a y' òpìpì. *A fowl keeps to the ground, it loses its power of flight.*

In common speech, this would be:
T' adìẹ bá gbé 'lẹ̀, á y' òpìpì. *When a fowl always stays on the ground, it becomes a flightless variety.*
Ò w'ọ̀dẹ̀dẹ̀ fi nǹkan rọ̀. *He enters and hangs something up.*

In common speech, this would be:
Ẹni tí ó w'ọdẹ̀dẹ̀ t' ó sì fi nǹkan rọ̀. *The person who enters and hangs something up.*

(10) There are often departures from the logical dictates of direct speech rules. This is not peculiar to *Ìjálá* diction alone but occurs also in folk tales and even in ordinary conversation.

Ó ní, 'Ìwọ́!'
Ó ní, 'Gbà '**un**. Erin ńgbé 'un ílọ ọ̀." *He said, 'Save me! An elephant is carrying me away.'*

The Yoruba pronoun used for the *me* is really the third person singular pronoun **òun** instead of the usual first person **mi**. The reason for the substitution of **òun** for **mi** is the raconteur's desire not to look foolish as the victim of an elephant.

(a) Elongation of final particles:

(i) **Orin èmi kọ́ o** This will become
Orin èmi kọ́ o-o-o-o.

(ii) **Mo gbé 'ṣe' mi dé o.** Becomes
Mo gbé 'ṣe emi dé é-è-è-è.

(11) Poetic clichés are stereotyped phrases or sentences employed here and there by an *Ìjala* artist, particularly in performing *Ìjala* chants of his own original composition.

(a) Introductory formulae:
Ibà ni ng ó f'ọjọ́ òní jú, orin èmi d' ọ̀la. *Only chants of homage to my superiors shall I perform today; tomorrow I shall perform my entertaining chants.*
Atótó! Arére a à gbọdọ̀ gbọ́ wọ̀mù ètè. *Silence! Attention please! All chattering must stop now.*
Ng ó re 'lé. *I shall now proceed to the house of* (*so-and-so*). (i.e., *I shall now chant a salute to the lineage of* [*so-and-so*.])

(b) Closing formulae:
Èyun-ùn téléńgé l'ọnà ibẹ̀un. *That has gone nicely along that road.*
Ẹ gbè m' l' ele. *Take over from me in vigorous chant.*
Mo gbé 'yẹn tì gẹ́dẹ́ńgbẹ́ ná. *I now put that aside for the time being.*

(c) Signature tune:
Háà! É è e e è!
Mo gbé 'ṣe èmi dé,
Ẹnu ni tií-yọ 'ni.
Here I am with my usual trouble-making.
This leads into calamity.

(d) Acknowledgment:
When a particular chant which he has just performed was taught him by someone else, an *Ìjala* artist invariably uses the following cliché:
Orin tèmi kọ́ o, orin (ọ̀gá èmi) (ọ̀rẹ́ èmi) ni.
Orin (Lágbájá).
This chant is not my original composition.
It is a song of (my master) (my friend)
A song of (so-and-so). . . .

(e) Parentheses, asides or 'lubricants':
These are addressed to the audience as a whole or to some particular listener.
Máa gbọ́'rọ̀ ẹnu èmi. *Continue to listen to the words of my mouth.*
Ǹg ńtún ḿbọ̀wá ná, gbogbo, ńg tún ḿbọ̀. *I shall soon finish, everybody; I shall soon finish.*
Ẹsẹ tí ng ḿbá lọ ng ò ì tíì já a. *The row of soil heaps that I have started weeding, I haven't yet finished with.*

Note: It should be added that all the qualities Dr Babalọla attributed to *Ìjálá*, as he pointed out himself, are in fact applicable to Yoruba poems as a whole. What actually singles out *Ìjálá* is the manner (or technique) in which it is recited.

Appendix I

Words spelt alike but different in meaning

As a result of either

(1) their situation in the context or

(2) the accents on such words.

Aba
Àbá mi ni pé kí a lọ l' ọla. (*suggestion*)
Baba lọ sí **abà**. (*village*)
Òjó ńgbé ìlú **Abá**. (*A town in Nigeria*)

Afara
Mọ́tò náà kọja lórí **afárá**. (*bridge*)
Jídé pa èèpo igi **afárá**. (*a kind of tree*)
Mo ṣe **àfara** làti lọ sí ibi iṣẹ́. (*delay*)

Agbọn
Igi **àgbọn** ńàá ga púpọ̀. (*coconut*)
Iyá mi kó èso sínú **agbọ̀n** náà. (*basket*)
Agbọn jẹ́ kòkòrò olóró. (*wasp*)
Àgbọ̀n rẹ gùn sàbàlà. (*chin*)

Akoko
Àkókò ńsúré tete. (*time, life*)
Ẹiyẹ **àkókó** náà ńsọ igi. (*woodpecker—a bird*)
Ewé **àkoko** ni a fi ńjẹ oyè. (*a kind of tree*)

Ana
Mo lọ sí Ìbàdàn ní **àná**. (*yesterday*)
Àwọn **àna** mi ránṣẹ́ pè mi. (*in-laws*)

Apa
Àpà ni ọmọ tí ó ná gbogbo owo' rẹ̀ tán. (*wasteful person*)
Àpá egbò náà tobi púpọ̀. (*scar*)
Igi **apá** wà nínú ọgbà wa. (*a kind of tree*)
Apá enia kò gùn tó ẹsẹ̀ rẹ̀. (*arm*)

Aro
A da iná nínú **àrò**. (*hearth*)
'**Àro**' ni ọmọdé ńdá àgbàlágbà lóhùn. (*a customary answer*)
Mo lọ si **Arò** ní àná. (*a village in Abẹokuta Province*)
Jẹ́ kí a lọ sí oko **Àró**. (*Chieftaincy title*)
Obìrin náà dá **arò** ọkọ rẹ̀. (*lament; feeling of loss*)
Iyá mi ńrẹ **aró**. (*dye*)

Aṣa
Ẹiyẹ **àṣá** náà fò lọ. (*kite—a bird*)
Àṣà Yoruba ni kí ọmọdé dọ̀bálẹ̀ kí àgbàlagbà. (*custom*)
Aṣa ọmọ náà kò bẹ̀rù ẹnìkan. (*rascal*)
Ìyá mi àgbà ńfẹ́ **áṣáà**. (*snuff*)

Ayan
Mo rí **àyàn** níbẹ̀. (*a drummer*)
Áyán pọ̀ nínú ìràwé náà. (*cockroaches*)
Baba mi ṣe **aáyan** pupọ lórí ẹ̀kọ́ mi. (*efforts*)

Baba
Bàbá mi bí ọmọ mẹ́rin. (*father*)
Ọkà **bàbà** náà pupa púpọ̀. (*guinea corn*)

Bi
Ìyàwó mi **bí** ọmọbìrin kan. (*delivered*)
Ọmọ náà **bì** gbogbo onjẹ tí ó ti jẹ. (*vomit*)
Mo **bi** Ojo **bí** ó bá rí ọkùnrin náà. (*ask*) (*if*)

Da
Mo **dà** omi sínú ọpọ́n náà. (*pour*)
Baba mi **dá** igi náà. (*to break*)
Òjò ti **dá** pátápátá. (*to stop*)
Ìle náà **dá** nígbàtí awọn àlejò náà ti lọ tán. (*to be empty*)
Ọ̀rẹ́ rẹ **dà** mí. (*betray*)

Ẹgbẹ
Àwọn **ẹ̀gbẹ́** mi wà lọ́dọ̀ mi. (*society*; *comrades*)
Mo duro si **ẹ̀gbẹ́** ilé. (*side*)
Mo jẹ ẹran **ẹ̀gbẹ**. (*dry*; *roasted*)

Egbe
Ègbé ni fún ẹni tí ó nṣe ibi. (*woe*)
Ègbè orin náà dùn. (*chorus*)

Ere
Igi ni nwọn fi gbẹ́ **ère** ná. (*image*)
Èré wà lọ́dọ̀ ìyá rẹ̀. (*the name of a person*)
Erè náà wọ́ lọ sínú omi. (*a kind of snake*)
A lọ wò **eré** awọn ọmọ ilé-ìwé náà. (*a play*; *game*)
Ìyá mi jẹ **èrè** púpọ̀ nínú iṣẹ rẹ̀. (*gains, profit*)
A se **eréè** mọ́ àgbàdo. (*beans*)

Eru
Eérú pupọ̀ wà ninu ìdáná náà. (*ashes*)
Ọmọ náà ṣe **èrú** sí awọn òbí rẹ̀. (*falsehood*)
Awọn arírebánijẹ ńwá **èrù** kiri. (*booty*; *free drinks and food*)

Ẹru
Ẹrù náà wiwo púpọ̀, ng kò lè rù ú. (*load*)
Òwò **ẹrú** ti parun pátápátá. (*slave*)
Ẹ̀rù ḿbà mi láti lọ si inú igbó. (*fear*)

Fẹ
Mo **fẹ́** ina náà, ó sì jó. (*blow*)
Àlàbí ni ó **fẹ́** Ìyábọ̀. (*marry*)
Ìyá mi **fẹ́** jẹ iṣu. (*to wish*)
Odò náà **fẹ̀** púpọ̀. (*wide*)

Fun
Kunle **fún** Òjó ní ìwé kan. (*to give*)
Ọlá-ìyá **fun** fèrè dáradára. (*to blow a musical instrument*)
Mo jíṣẹ́ **fún** ìyá mi. (*to*; *for*)
Mo **fún** aṣọ mi. (*to squeeze*).

Gba
Mojí **gbà** owó iṣẹ́ rẹ̀. (*to receive*)
Obìrin náà **gbá** ilẹ̀ ilé rẹ̀. (*to sweep*)
Ọmọdé náà **ngbá** bọ́ọ̀lù. (*to play*, e.g. *football*)

Gbe
Obìrin náà **gbé** ọmọ rẹ̀. (*to carry*)
Ẹ jọ́wọ́, ẹ **gbè** orin yìí. (*Please sing the refrain to this song.*)

Gbẹ
Gbẹ́nàgbẹ́nà náà **gbẹ́** ère kékeré kan. (*to carve*)
Aṣọ náà **gbẹ** nínú òòrùn. (*to dry*)

Gun
Igi náà **gún**, kò wọ́ sí ẹ̀gbẹ́ kan. (*straight, not curved*)
Ilé náà **gùn**, ile náà ga. (*long*)
Mo **gùn** ẹṣin. (*to ride*, e.g. *a horse*)
Mo **gùn** òkè náà. (*to mount*)
Igi **gún** mi l'ójú. (*to poke, prick*)

Ibi
Mo ṣe ọjọ́ **ìbí** mi ní àná. (*birth*)
Ki ojú má rí **ibi**, ẹsẹ̀ l'ògùn. (*evil*)

Igba
Kò sí òjò ní **ìgbà** ẹ̀ẹ̀rùn. (*time*; *season*)
Igba enia wá sí ibi eré náà. (*two hundred*)
Mo fi **igbà** gùn igi. (*a rope used for climbing a tree*)
Mo fi **igbá** bù omi mu. (*calabash*)
Ìyàwó mi sè **ìgbá** mọ́ ọbẹ̀. (*pumpkin*)

Ìkoko
Ìkòkò ọbẹ̀ náà tóbi. (*pot*)
Ìkókó náà ńsọkún. (*baby, a small child*)
Mo fi **ìkoko** bù onjẹ náà. (*ladle*)
Ìkookò ńjẹ ẹran ó sì ńjẹ egungun. (*hyena*)

Jẹ
Mo **jẹ** iṣu àti ọbẹ̀. (*to eat*)
Ọ̀wọ̀ **jẹ́** orukọ ìlú kan. (*is*; *am*; *are*)

Ka
Àgbẹ̀ náà **ká** kòkó rẹ̀. (*to reap*)
Mo **ká** ẹní nígbàtí mo jí. (*to rule up*; *to fold up*)
Mo **kà** ìwé mi. (*to read*)
Alága **kà** iye àwọn t'ó wá. (*to count*)

Ki
Mo **kí** ìyá mi ní òwúrọ̀. (*to greet*)
Ọlọ́pă **kì** olè náà. (*to arrest*)
Olú sọ pé **kí** ng wá. (*that*; *so that*)

Ko
Ọmọbirin náà **kọ́** iṣẹ́ dáradára. (*to learn*; *to study*)
Mo **kọ** ìwé sí bàbá mi. (*to write*)
Awọn akọrin náà **kọ** orin dídùn. (*to sing*)
Àgbẹ̀ nâ **kọ** ebe iṣu. (*to make heaps in the farm*)

Ọ̀kọ̀ṣẹ́ náà **kọ̀** lati lọ si ọja. (*to refuse*)
Mo fi aṣọ **kọ** sórí ìṣó. (*to hang something up*)
Bàbá mi **kọ́** ilé méjì sí Èkó. (*to build*)
Olùkọ́ **kọ́** ọmọ náà dáradára. (*to teach*)

Lo
Ng ó **lọ** sí ọ̀dọ̀ bàbá mi lọ́la. (*to go*)
Ìyá mi **lọ** ata. (*to grind*)
Nwọn ti ba mi **lọ̀** ọ̀bẹ mi. (*to sharpen*)
Alágbàfọ̀ náà **lọ** aṣọ. (*to iron clothes*)
Nwọn **ńlọ́** okùn náà. (*to twist*)

Mi
Iwe **mi** wà lórí àga. (*my*)
Àlàbí **mì** egbògi nâ. (*to swallow*)
Àgbẹ̀ náà **mì** igi nâ rìyẹ̀rìyẹ̀. (*to shake*)
Ẹran náà **mí** kíkankíkan kí ó tó kú. (*to breath*)
Owó **ńmi** ní ilé. (*is*; *exists*)

Mo
Àwọn ọ̀ṣìṣẹ́ náà **mọ** ilé náà dáradára. (*to mould*; *to build*)
Mo **mọ̀** pé ó ḿbọ̀ l' ọ́la. (*to know*)
Àìná fọ̀ aṣọ náà **mọ́** dáradára. (*clean*)

Na
Igi **náà** wó lulẹ̀. (*the*)
Nwọn **nà** ọmọ náà ní ẹgba mẹ́fà. (*to flog*)
Mo **ná** ṣílè kan ní òwúrọ̀ yìí. (*to spend money*)
Ìyá mi **nà** aṣọ náà sórí àga. (*spread*)

Ni
Àjàyí **ní** ìwé kan. (*has*)
Ìyá mi wà **ní** ilé. (*at*)
Bàbá mi **ni** ẹni náà. (*is*)
Ọmọ búburú náà **ni** mí lára. (*disturbs*; *inconveniences*)
Bàbá mi **ní** òun wà ní ilé. (*said*; *to say*)

Ọbun
Òbùn ni ọmọ tí kò wẹ̀. (*a dirty person*)
Ìyá mi lọ sí **ọ̀bùn** láti ra ẹja. (*market in Ijẹbu dialect*)

Ọdun
Ọdún méjì ni mo lò ní ìlú Ọ̀yìnbó. (*year*)
Aṣọ **ọ̀dùn** náà dúdú púpọ̀. (*A kind of cloth woven with raffia*)
Àwọn onígbàgbọ́ ṣe **ọdún** Kérésìmesì. (*festival*)

Ojo
Òjo ni orúkọ ọmọ náà. (*the name of a person*)
Ojo ọmọ náà sá nígbàtí ó rí ejò nàá. (*a coward*)
Òjò ńrọ̀ púpọ̀ nínú oṣù kéje ọdún. (*rain*)

Ọkọ
Ọkọ́ ni irinṣẹ́ àgbẹ̀. (*hoe*)
Nwọn fi **ọ̀kọ̀** gún ọkùnrin nàá lójú. (*spear*)
Ọkọ obìrin náà nì yìí. (*husband*)
Mo wọ̀ **ọkọ̀** ojú-omi. (*transport*)

Ọla
Ng ó lọ sí Ọ̀yọ́ ní **ọ̀la**. (*tomorrow*)
Ọlá ọkùnrin náà pọ̀. (*wealth*)
Ọba náà jókǒ nínú **ọlá** rẹ̀. (*glory*)
Ọla ti lọ́ sí Iléṣà. (*the name of a person*)

Olu
Olú igi ọ̀pẹ dùn nínú ọbẹ̀. (*mushroom*)
Nwọn fi **òòlù** pa ejò náà. (*a wooden club*)
Mo fi **òòlu** dá aṣọ náà lu. (*an awl*)
Olú ọmọ ni ó jẹ́ fún ìyá rẹ̀. (*the best*; *the chief*)
Olú lọ sí Èkó. (*the name of a person*)

Ọna
Mo mọ̀ **ọ̀nà** lọ sí ilé ọkùnrin náà. (*way*; *road*)
Iṣẹ́ **ọnà** náà dára púpọ̀. (*art*)

Owo
Mo ní **owó** púpọ̀ láti fi rà aṣọ. (*money*)
Èrè wà nínú **òwò** aṣọ títà. (*trade*)
Oówo sọ ọmọ náà lójú. (*boil*)

Ọwọ
Ọwọ́ mi ọ̀tun ńdùn mí. (*hand*)
Mo fi **ọ̀wọ̀** fún bàbá mi. (*respect*; *honour*)
Ìyá mi lọ sí ìlú **Ọ̀wọ̀**. (*name of a town in Western Nigeria*)
Ìyàwó fi **ọwọ̀** gbá ilẹ̀. (*broom*)
Awọn ọmọ ilé-ìwé náà tò ní **ọ̀wọ́**. (*rows*)

Ro
Agogo náà **ró** 'gbaun-gbaun'. (*to sound*)
Gbobo ara **ńro** mí. (*to pain*)
Àgbẹ̀ náà **ro** oko rẹ̀. (*to weed one's farm*)

Mojí **rò** ọbẹ̀ lórí iná. (*to stir*)
Mo **rò** pé ng ó lọ sí ilé lọ́la. (*to think*)

Rọ
Òjò **ńrọ̀**. (*to rain*)
Àdán náà **rọ̀** sórí igi. (*to hang*)
Ẹran náà **rò** púpọ̀. (*soft*)
Okùn igi nâ **ró**. (*tough; not easily broken*)

Ṣe
Ó **ńṣe** iṣẹ́. (*working*)
Ó ńṣe ṣíṣe. (*performing a part or function*)
Mo **ṣe** ìbẹ́ẹ̀rè. (*ask questions*)
Bàbá **ṣe** bí ọba. (*behave*)
Ó **ṣe** ní àkókò kan. (*It happened at a certain time*)
Ó **ṣe** sí i. (*It was after some time*)
Anú ṣe mí. (*I am sorry*)
Kíni **ńṣe** é? (*What is wrong with him?*)
Ó **ṣe**. (*It is a pity*)
Ó fi ṣe iṣẹ́ **ṣe**. (*He did it regularly as if it were his normal business*)
Bàbá rí **ṣe**. (*Father gained from business*)
Ṣe gírí. (*Make haste*)
Kò **ṣe** ǹkan. (*It does not matter*)
Ó **ṣe** enia. (*He is a kind person*)
Ara mi kò **ṣe** wéré. (*I am not well*)
O **ṣe** àarọ̀. (*It is too early yet*)
Ó **ńṣe** ojú aiye. (*He is pretending*)
Nǹkan **ṣe** ẹnu re. (*Everything is all right*)

Sokoto
Ìlú **Ṣókótó** gbajúmọ̀ púpọ̀. (*name of a town in Northern Nigeria*)
Mo bò **ṣòkòtò** dúdú. (*trousers*)
Ẹnu àpò náà rí **ṣókótó**. (*narrow*)

Sun
A **sún** àga náà sí ìdí tábìlì. (*to push a little*)
Mo **sùn** sórí ibùsùn mi. (*to sleep*)
A **sun** ìwé náà nínú iná. (*to burn*)

Ti
Ó **tì** ilẹ̀kùn náà. (*to close*)
Ó **tì** mí ṣubú. (*to push*)
Aṣọ **tí** mo rà nì yìí. (*which*)

Wo
Mo **wọ̀** ẹ̀wù funfun kan. (*to put on*)
Mo **wọ̀** mọ́tò lọ sí ilé. (*to take a means of transport*)

Wa
Òjó **wà** ní ilé. (*is; exists*)
Bàbá **wà** ìtàkù. (*to dig up*)
Mo le **wà** ọkọ ojú-omi. (*to drive a vehicle*)
Ilé **wa** dára púpọ̀. (*our*)
Olùkọ́ mi **wá** sí ilé-ìwé. (*to come*)
A **wá** aṣọ náà a kò rí i. (*to look for; to search*)

Yo
Òrí náà **yọ́** nínú òòrùn. (*to melt*)
Mo **yọ̀** púpọ̀ nígbàtí ìyá mí dé. (*to be happy*)
Ọmọ náà **yọ** sí mi lójijì. (*to appear*)
Bàbá mi **yọ́** ṣubú. (*to slip*)

Appendix II

Borrowed words

From the English language

Religion

Àmín, *Amen*
Bíbélì, *Bible*
bíṣọ́bù, *bishop*
katikís'tì, *catechist*
Kérésì, *Christmas*
K'rís'tì, *Christ*
kúáyà, *choir*
mẹ́dàlì, *medal*
sáàmù, *psalm*
séráfù, *seraph*
ṣóọ̀ṣì, *church*

Law, politics, and administration

gómìnà, *governor*
káńsílọ̀, *councillor*
káńsùlù, *council*
kọmiṣọ́nà, *commissioner*
kóòtù, *court*
lọ́yà, *lawyer*
máníjà, *manager*
mínísítà, *minister*
téṣọ̀n, *station*

Dress

kọ́là, *collar*
kọ́òtù, *coat*
léèsì, *lace*
penjámáàsì, *pyjamas*
ṣẹ́ẹ̀tì, *shirt*
ṣimíì, *chemise*
táì, *tie*
tọ́rọ́sà, *trousers*

General

àdọ̀ńkìyá, *I don't care*
aropíléènì, *aeroplane*

áyẹ̀nì, *iron*
bábà, *barber*
básíkùlù, *bicycle*
bìrìgéèdì, *brigade*
bisikíìtì, *biscuit*
bọ́ọ̀lù, *ball*
búláńkìtì, *blanket*
búlúù, *blue*
búráwùn, *brown*
búrẹ́dì, *bread*
burokedì, *brocade*
dàmâsì, *damask*
dọkítà, *doctor*
ẹ̀lẹ́tíríìkì, *electric*
fáìnì, *fine*
gáìdì, *guide*
gáàsì, *gas*
gínì, *guinea*
gílóbù, *globe*
góòlù, *gold*
giramafóònù, *gramophone*
ìdọ̀tí, *dirt*
ísìṣeà, *easy-chair*
jọ́ọ̀gì, *jug*
káìtì, *kite*
kajú, *cashew*
kàlẹ́ńdà, *calendar*
káńtáfìtì, *counterfeit*
kápẹ́ẹ̀tì, *carpet*
kérénì, *crane*
kerosíìnì, *kerosene*
kílípà, *clipper*
kọ́bọ́ọ̀dù, *cupboard*
kọfí, *coffee*
kòkó, *cocoa*
kúlà, *cooler*
lẹ́ẹ̀dì, *leadpencil*
maṣíìnì, *machine*
matirệsì, *mattress*
mẹ́ẹ̀sì, *mess*
mọnọwáà, *man-of-war*
mọ́tò, *motor*
nọ́ọ̀sì, *nurse*
páànù, *pan*
pẹ́ńsùlù, *pencil*
pẹtirôlù, *petrol*
póò, *chamber pot*
pọtimátò, *portmanteau*
rédíò, *radio*
rẹ́kọ́ọ̀dù, *record*
rélùwéè, *railway train*
rìpìárà, *repairer*
rìsîtì, *receipt*
rọ́kêtì, *rocket*
Sátidé, *Saturday*
sìgá, *cigarette*
síkáòtù, *scout*
sílífà, *silver*
sínimá, *cinema*
síwẹ́tà, *sweater*
ṣọ́jà, *soldier*
ṣọ́ọ̀kì, *chalk*
ṣùkúrù, *school*
tábìlì, *table*
takisí, *taxi*
tẹlifíṣọ̀n- (nì), *television*
télọ̀, *tailor*
tíì, *tea*
tíṣà, *teacher*
tùmátì, *tomato*
wáìnì, *wine*
yẹ́lò, *yellow*

Words borrowed from the Hausa language

áàyà, *title*
àláfíà, *good health*
làbárè, *news*
láwànì, *head gear for men*

Àlàmísì, *Thursday*
àlùmọ́gàjí, *scissors*
àríwá, *north*
báárà, *beg*
dúníyàn, *pleasure*
fìlà, *cap*
gbúgbúrú, *roasted corn*
gèjíyà, *hardship*
gúsù, *south*
jànmâ, *society*
Jímộ, *Friday*
jíǹkí, *endowed with*
kálàmù, *pen*
mọ́sà, *fried bread from maize*
mọ́sálásí, *mosque*
ràgó, *ram*
ràkunmí, *camel*
sábó, *strangers' quarters*
sánmà, *sky*
sànmọ́nì, *season*
tákàdá, *paper*
túwó, *porridge from flour*
wàhálà, *trouble*
wálâ, *slate* (*wooden*)
wàyó, *trick*

From other languages

Faraǹsé, *French*
Kiriyó, *Krio* (*Creole*) (*Sierra Leone*)
Páàdì, *Padre* (*Spanish*)
Pàyán-àn, *Spanish*
Potoki, *Portuguese*

Appendix III

The phonology of standard Yoruba

'Phonology is that level of analysis which links form and substance, by showing how the phonetic resources of the language are organized to carry meaning contrasts.'[1] The syllable is the basic unit of the phonology of Yoruba and every syllable has a nucleus, which bears the tone. The nucleus is either a vowel or a syllabic nasal.

The syllable may have an optional element, the *margin*, which precedes the nucleus in the same syllable. The *margin* consists of consonants, which do not bear tones.

Syllable = margin (optional)+nucleus
Nucleus = (1) Vowel *OR* } +tone
(2) Syllabic nasal }

Thus the phonology of standard Yoruba can be examined as follows:

(1) The syllable structures and the tones

(2) The margin, i.e. the consonants

(3) The vowels and the syllabic nasal

(4) The contrasts made at the grammatical (or lexical) level which are reflected at the phonological level.

(1) The syllable

The three possible structures are CV, V, and N (syllabic nasal). There are three tones and each syllable bears one of the three tones:
high ´, mid ¯ (generally left unmarked) and low `.

[1]Ayọ Bamgboṣe, *A Grammar of Yoruba.*

[**bɛ̀**] orthographically **bẹ̀**, *to beg*
[**b**] ,, **bẹ́**, *to jump*
[**bɛ**] ,, **bẹ**, *to be forward*
[**ó**] ,, **ó**, *he, she, it*
[**o**] ,, **o**, *you*
[**ò**] ,, **ò**, *not*
[**m**] ,, Ng, *I*

(2) The Margin: Consonants

Stops: [**t, k, kp, b, d, j, g, gb**]

[**b**] a voiced bilabial stop as in [**bɛ̀**], orthographically **bẹ̀**, *to beg.*
[**t**] a voiceless alveolar stop as in [**tà**], orthographically **tà**, *to sell.*
[**d**] a voiced alveolar stop as in [**dé**], orthographically **dé**, *to arrive.*
[**k**] a voiceless velar stop as in [**kɔ**], orthographically **kọ**, *to write.*
[**g**] a voiced velar stop as in [**gé**], orthographically **gé**, *to cut.*

Labio-velar

[**kp**] a voiceless labio-velar implosive as in [**kpè**], orthographically **pè**, *to call.*
[**gb**] a voiced labio-velar implosive as in [**gbà**], [**gbà**], orthographically **gbà**, *to receive.*

Fricatives: [**f, s, ʃ, h**]

[**f**] a voiceless labio-dental fricative as in [**fà**], [**fa**], orthographically **fà**, *to pull.*
[**s**] a voiceless alveolar fricative as in [**sɔ**], orthographically **sọ**, *to say.*
[**ʃ**] a palato-alveolar fricative as in [**ʃɛ̀**], orthographically **ṣẹ̀**, *to offend.*
[**h**] a voiceless glottal fricative as in [**hɔ**], orthographically **họ**, *to run away.*

Affricate

[j] a voiced palatal affricate as in [jó], [jó], orthographically **jó**, *to dance.*

Sonorants: **[m, n, l]**

[m] a bilabial nasal as in [**mɔ̀**], orthographically **mọ̀**, *to know.*

[n][2] analveolar nasal before nasal vowels as in [**nɔ̃́**], orthographically **nọ̀** or **nà**, *to flog.*

[l] an alveolar lateral before oral vowels as in [**lɔ**], orthographically **lọ**, *to go.*

APPROXIMATE PLACES OF ARTICULATION OF CONSONANTS IN THE YORUBA LANGUAGE[3]

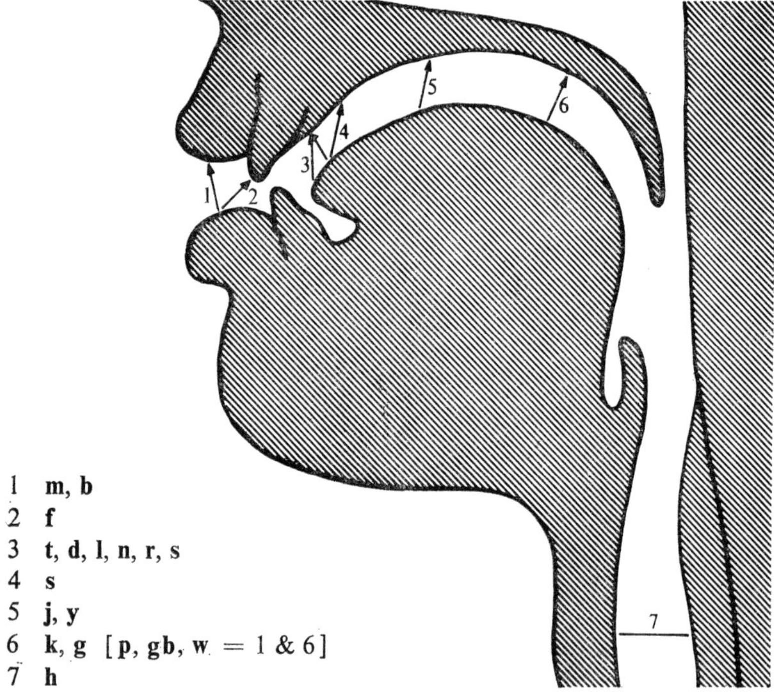

[2](**n**) has two allophones—(**i**) and (**n**). See under 'Formation of nouns,' p. 32.

[3]After P. Ladefoged, *The phonetics of West African languages* (the positions of 5 and 6 have been modified in the above diagram.')

CONSONANTS

	Labial	Alveolar	Palato-Alveolar	Palatal	Velar	Labio-Velar (implosive)	Glottal
Stop	**b t**	**d**			**k g**	**kp gb**	
Fricate	**f s**		**ʃ**				**h**
Affricate				**j**			
Nasal	**m**	**n**					
Flap		**r**					
Lateral		**l**					
Semi-vowel	**w**			**j**			

Semi-vowels: [**w, r, y**]

[**w**] a voiced labio-velar approximant as in [**wá**], orthographically **wá**, *to come.*

[**j**] a palatal fricative as in [**jí**], [**yí**], orthographically **yí**, *to turn.*

Flap

[**ɾ**] an alveolar flap as in [**ɾí**], [**í**], orthographically **ri**, *to see.*

(3) The vowels and the syllabic nasal

Vowels

[i] a close front unrounded vowel, e.g. **[igi]**, **igi**, *stick.*
[e] a half-close front unrounded vowel, e.g. **[èɾe]**, **ère**, *statue.*
[ɛ] a half-open front unrounded vowel, e.g. **[ɛwɛ]**, **ẹwẹ**, *beans.*
[a] an open central unrounded vowel, e.g. **[aɾa]**, **[ara]**, **ara**, *body.*
[ɔ] a back slightly rounded vowel between half open and open **[ɔ̀bɔ**, **ọ̀bọ**, *monkey.*
[o] a half-close back rounded vowel, e.g. **[oko]**, **oko**, *farm.*
[u] a close back rounded vowel, e.g. **[òwú]**, **òwú**, *cotton.*

Nasalized vowels

[ĩ] orthographically is a nasalized close front unrounded vowel slightly lower than [i] and more centralized as in **[iri]**, orthographically **irin**, *metal* or *iron.*
[ɛ̃] a nasalized half-open front unrounded vowel and more centralized than [ɛ] as in **[ɾɛ̃ɾɛ̃, rɛ̃rɛ̃]**, orthographically **rẹnrẹn**, *a type of weed.*
[ɔ̃] a nasalized back slightly rounded vowel between half-open and open and more centralized than [ɔ], as in [ɔsɔ̃̀], orthographically **ọsọ̀n**, *orange.*
[ũ] a nasalized close back rounded vowel more centralized than **[u]** as in **[ɔ̀ɾũ]**, **[ɔ̀rũ]**, orthographically **ọ̀run**, *heaven.*

ORAL VOWELS

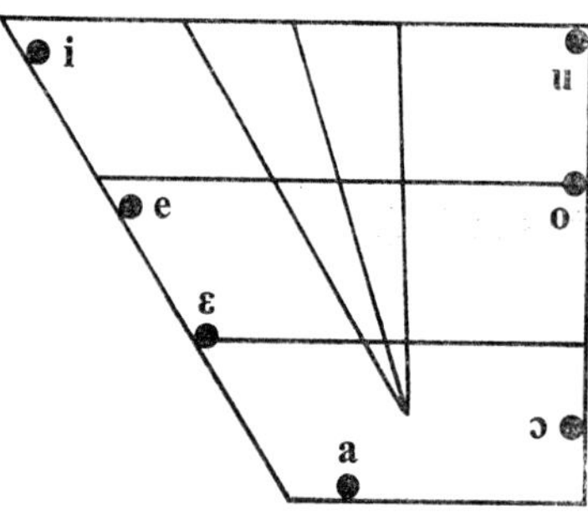

NASALIZED VOWELS

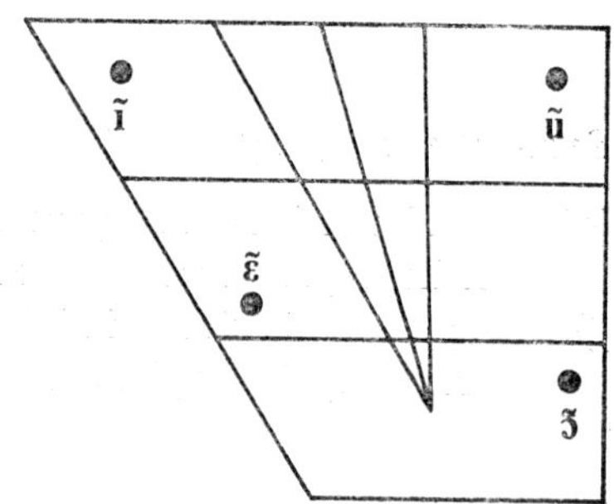

Certain consonants can be nasalized in certain environments, e.g. the flap and the semi-vowels before nasalized vowels. Thus [w̃] a voiced nasalized labio-velar approximant before nasal vowels as in [wẹ̀], orthographically **wọ̀n,** *to measure.*

[j̃] a nasalized palatal fricative before nasalized vowels as in **[j̃ì, yì]**, orthographically **yìn**, *to praise.*

[ɾ̃] a nasalized alveolar flap before nasal vowels as in **[ɾ̃ì]**, [rì], orthographically **rìn**, *to walk.*

After orthographic **m** and **n** a nasal vowel is represented by an oral vowel symbol, e.g. **mú**, *to take* and **nọ̀**, *to flog.*

All oral vowels, including those without nasalized counterparts, can be nasalized in a contraction involving an elision of a nasalized vowel, e.g. **pín ewé** when contracted is pronounced **[k͡pẽwé]**, *to share leaves.*

The Syllabic Nasal

The syllabic nasal phoneme **[m]** is usually represented in standard orthography by **ng** when it represents the **m**, *I*, otherwise by **m** before the letter **b** or **n** before any of the remaining consonants; **m** has several allophones:

(1) Before a vowel **[m]** is a velar nasal, i.e. [ŋ], as in **[ŋ ò lɔ̀, m ò lɔ̀]**, orthographically **Ng ò lọ**, *I did not go.*

(2) When **[m]** precedes a consonant, the allophone is homorganic in many cases with the following consonants—

   (a) before alveolars it is **[n]** as in **[ńlɔ]**, **[ḿlɔ]**, orthographically **ńlọ**, *is going.*

   (b) before **[f]** it is **[ŋ]** as in **[ɱ́fò, ḿfò]**, orthographically **ńfò**, *is jumping.*

   (c) before velars it is **[ŋ]** as in **[ŋ́gé]**, **[ḿgé]**, orthographically **ńgé**, *is cutting.*

   (d) before **[b]** it is **[m]** as in **[ḿbɔ̀]**, **[mb]**, orthographically **ḿbọ̀**, *is coming.*

   (e) before **[g͡b]** it is **[ŋ͡m]** as in **[ŋ͡mg͡b]**, **[ḿg͡bɔ́]**, orthographically **ńgbọ̀**, *is hearing.*

(4) The contrasts made at the grammatical (or lexical) level which are reflected at the phonological level

The tone of a word in isolation often changes when such a word occurs in grammatical structures. The orthography does not show these changes and is therefore morphophonemic rather than phonemic.

(a) In subject-predicate structures the tone on the last syllable of the subject (noun) becomes a high tone if the syllable has a mid or low tone, e.g. [ɔmɔ] in isolation becomes [ɔmɔ́] in [ɔmɔ́ lɔ], **ọmọ lọ**, *the child went*. The last syllable of the qualifier of a nominal in subject position takes a high tone if the last syllable of the qualifier has either a mid or low tone, e.g. [**igi kɔ̃**] in isolation becomes [**igi kɔ̃**] in [**igi kɔ̃́ ʃɛ́**], **igi kọn/kan ṣẹ́**, *a stick broke*.

(b) In emphatic clauses the last syllable of the clause is extended with an additional

  (i) mid tone if it ends in a low tone, e.g. [**ó k͡pɔ̀ c**] becomes [**ó k͡pɔ̀ c**], **ó pọ̀ ọ**, *it is much in fact*.

  (ii) low tone if it ends in either a high or low tone, e.g. [**ó wá**], becomes **ó wá à**, *he did come* and [**ó lɔ**] becomes [**ó lc ɔ̀**], **ó lọ ọ̀**, *he did go*.

(c) In serial verb structures, i.e. when two or more verbs stand together, the last syllable of the first verb in the series is extended with a high tone.
[**ŋri**] becomes [**ŋri**] in [**ó ŋri lɔ**], **ó ńrìn lọ**, *he continued to walk along*.
[**fɛ̀**] becomes [**fɛ̀ɛ̀**] in [**bàbá fɛ̀ɛ̀ lɔ**], **bàbá fẹ́ lọ**, *father wants to go*.
[**dù**] becomes [**dù u**] in [**ó duu jɛ**], **ó dùn jẹ**, *it is easily eaten* or *it is easy to eat it;*

(d) The first and second person subject pronouns (short forms) take low tones before a verb with the verbal particle [**m**].
[**mo**]in isolation becomes [**mò**] in [**mò ńlɔ**], **mo nlọ**, *I am going*.
[**a**] in isolation becomes [**à**] in [**à ńjó**], **a ńjó**, *We are dancing*.
[**o**] in isolation becomes [**ò**] in [**ò ńlɔ**], **o ńlọ**, *you are going*.
[ɛ] in isolation becomes [ɛ̀] in [ɛ̀ **ńlɔ**], **ẹ nlọ**, *you* (plural) *are going*.

(e) Personal pronoun qualifiers [**mi, wa**, rɛ and **wɔ̃**] have high tones when used as qualifiers and are followed by either adjuncts or complements.
[**ìwé mi dára**] becomes [**iwé mí dára**], **ìwé mi dára**, *my book is good*.

(f) When pronoun objects (**mi, wa, ọ, wọn**) are used as complements to verbs with either low or mid tone, they (the pronouns) take a high tone.

[mi] becomes **[mí]** in **[ó kɔ̀ mí], ó kọ̀ mí,** *he rejected me*
[wɔ̃] becomes **[wɔ̃́], mo bi wọn,** *I asked them*

(g) A verb with a low tone takes a mid tone when it is followed by a noun
[mɔ̀] thus becomes **[mɔ]** in **[ó mɔ délé] ó mọ̀ Délé,** *he knows Dele*
[rà] thus becomes **[ra]** in **[ó ra bàtà] ó rà bàtà,** *he bought shoes*

(h) In nominal group junction, the last syllable of the noun is extended with an additional mid tone when it is followed by a nominal qualifier.
ilé bàbá is phonologically **[ilée bàbá],** *father's house*

(i) When a minimal pair of VCV word structure has the same tone on the last syllable, the one which has a low tone on the first syllable has a slightly lower pitch on the second syllable than the second syllable of the one which is preceded by a mid tone. For example, 'a high tone syllable has a level pitch which it is immediately preceded by a mid-tone syllable, whereas it has a low-rising pitch when it is immediately preceded by a low-tone syllable'.[4]

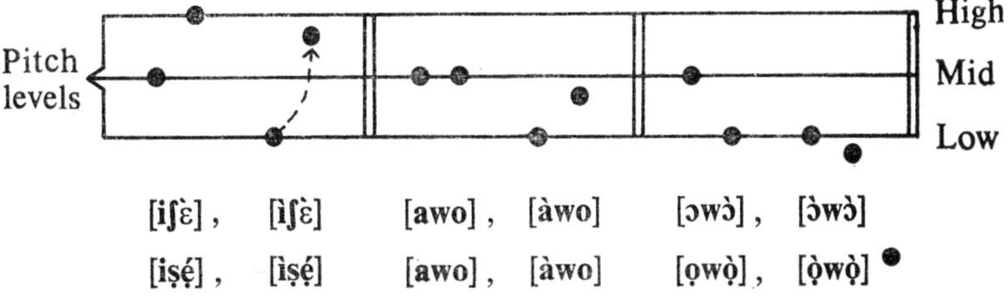

(j) In a verb nominal structure where there is a contraction of two words in juxtaposition, the initial tone of the noun is replaced by the high tone of the verb. This means in effect the loss of the phonological contrast of mid and low tones in the initial syllable of nouns. However, the pairs of words continue to be contrasted by the pitch differences outlined above. The implication of these contrasts is that the low tone of the elided syllable continues to be phonologically significant. For example
rí iṣẹ́ becomes **ríṣẹ́,** *to get work*
rí ìṣẹ́ becomes **ríṣẹ̀ẹ́,** *to see poverty*

A problem arises when the following pair, which are phonologically different but would be orthographically represented in the same way:

[4]Ayọ Bamgboṣe, *A Grammar of Yoruba.*

rí awo becomes **ráwo,** *to see the initiate*
rí àwo becomes **ráwo,** *to see the plate*

Orthographic **ráwo** from **rí àwo** does not show the assimilated low tone. In the present orthography **rí àwo** when contracted is written **r' àwo** (more often **rí àwo** uncontracted).[5]

(k) In some structures, the high tone replacing the low tone of the noun is itself optionally replaced by a mid tone when it (the high tone) is immediately preceded by a low tone.

(i) **dá ìwọ́** = **dáwọ̀ọ́,** *cut the umbilical cord.*
ìdáwọ̀o = *the cutting of the umbilical cord.*
(ii) **ìbí èjì** = **ibejì** or **ìbéjì** or **ibé.jí,** *giving birth to twins.*

(l) Vowel elision. It is difficult to lay down definite rules for vowel elision based on phonological or grammatical rules. For example, where there are identical last vowels of some verbs and the initial vowels of the nouns, each pair is contracted in different ways.
[fɔ aʃɔ] when contracted is [fɔʃɔ]. **fọṣọ,** *to wash clothes*
[fɔ ak͡pɛ] when contracted is [fak͡pɛ], **fapẹ,** *to wash the pot*

whereas the following are contracted in the same way:
[ra ewé] becomes **rewé,** *to buy leaves*
[g͡ba ewé] becomes **gbewé,** *to receive leaves*
[g͡bá ewé] becomes **gbéwé,** *to sweep off the leaves*

If it is assumed that [e] should be retained as in the last examples, then the following pair occurs:
[gbɔ̃́ inẹ̀] when contracted is [gbénà], **gbénà,** *to take the fire*
[gbé odó] when contracted is [gbódó], **gbódó,** *to take the mortar*

Sometimes the elision of either the last vowel of the verb or the initial vowel of the noun occurs, e.g. [jɛ iyɔ̃́] can be contracted [jɛ yẹ̀] **jẹyọ́n** or [jiyɔ̃́], **jiyọ́n,** *to eat pounded yam.*

However, the following general rules which allow minimum exceptions may be stated.

[5]Dr Bamgboṣe has, however, suggested that the assimilated low tone be represented by a dot. Thus
ri àwo would be written **rá.wo**
rí ìse would be written **rí. ṣẹ́.**

(i) The vowel **i** is almost always elided, e.g. **[bí ɔkùrĩ]**, **[bɔ́kùrĩ]**, **bọ̀kùnrin,** *to bear a male child.* The few exceptions include **[ʃeiʃ I]**, **[ʃiʃI]**, **ṣiṣẹ́**, *to work.*

(ii) The vowel **u** is always elided except before the vowel **i**, e.g. **[ru owó]**, **rowó**, *to carry money.* But **[ru igi]** is **[rugi] rugi**, *to carry wood.* The exceptions include **[bu ɔbɛ̀]** which is either **[bubɛ̀]** **bubẹ̀** or **[bɔbɛ]** **bọbẹ̀**, *to put the soup into the plate.*

(iii) The initial syllable, other than **[i]**, of any noun which has a low tone is always retained, e.g. **[dé ɔ̀yɔ́]** is **[dɔyɔ̀ɔ́]**, **dỌyọ̀ọ́**, *got to* **Ọyọ**.

(iv) Where there is a noun whose first two syllables are identical, the vowel of the verb is elided, e.g. **[gba òògũ̀]** becomes **[gbòògũ̀]**, **gbòògùn**, *to receive medicine.*

(v) Some rules of elision govern the verbs:

   (a) The nasal vowel of the verb is elided and the nasality is transferred to the initial vowel of the noun, e.g. **[rɔ awɔ]** becomes **[ráwɔ]**, **ránwọ**, *to sew leather.*

   (b) The vowel **a** with a high tone is always retained. **[há owó]** becomes **háwó**, *to distribute money.* The few exceptions include **[wá ɔkɔ]** which becomes **[wɔkɔ̀]**, **wọ́kọ**, *to look for a husband.*

   (c) The vowel of a verb having a mid tone before a complement which begins with a mid tone syllable is retained. **[ka owó]** becomes **kawó**, *to count money.* **[la ɛnu]** becomes **[lanũ]**, **lanũ**, *to open the mouth.* But when we have contrastive verbs (i.e. verbs which differ only in tone), one having a mid tone and the other having a low tone in isolation, the contraction is different.

   [tà ek͡po] becomes **[tek͡po]**, **tepo**, *to sell oil*

   [ta ek͡po] becomes **[takpo]**, **tapo**, *to drop oil.*

   In **tepo** the initial syllable of the complement is retained, and in **tapo** the vowel of the verb is retained.

   (d) In all other cases the vowel of the verb is elided. **[kí ɔmɔ]** becomes **[kɔ́mɔ]** **kɔ́mọ**, *to greet the child.*

   (e) Contractions by substitution are sometimes noticed in standard Yoruba. For example the verb **[purɔ́]**, **purọ́**, *to tell a lie* is as a result of the contraction of **[pa]** and **[irɔ́]**. The vowel of the verb and the initial vowel of the noun are not **u** in either case. This may be traced to the Èkìtì and Íjèṣà dialects which have ụrọ́, [**ụrɔ́**] for the standard Yoruba [**irɔ́**], **irọ́**, *a lie*. Similarly one notices contraction by analogy in [**káàsɔ̃́**], **káàsọ́n**, *good afternoon*, from [**kú ɔ̀sɔ̃́**], kú ọ̀sọ́n. The origin of this contraction is probably from the fact that *good morning* is **káàárọ̀** [**káàárɔ̀**] and *good evening* is **káalẹ́** [**káalɛ́**].

(vi) The elision of consonants[6] exists in Yoruba.
One notices the elision of **h** in the pronunciation of words like **lẹ́hìn**, **dẹ́hìn**, **kẹ́hìndé** being pronounced thus [**lɛ́ĩ́**], [**dɛ́ĩ́**] and [**kɛ́ ĩ́dé**].

Some of the other consonants which are sometimes elided are

w	lọ́wọ́lọ́wọ́	lọ́ọ́lọ́ọ́
r	dáradára	dáadáa
y	Ẹgbẹ́yẹmí	Ẹgbẹ́ẹmí
t	òtítọ́	òótọ́

In conclusion, contractions in Yoruba can be very ambiguous, e.g. [**kɔ́mɔ**], **kọ́mọ** may be
kí ɔmɔ, *to salute the child*
kó ọmọ, *to perform the naming ceremony of a child*
kọ́ ọmọ, *to teach a child*
Ambiguity is therefore prevented by

(a) writing uncontracted forms, e.g. **fi okùn**, *to swing the rope;* and **fò okùn**, *to jump the rope.*

(b) sometimes departing from the expected version of contraction, e.g. **bo aṣọ́**, *to remove clothes,* is expected to be contracted **báṣọ** but what the native speaker says is **bóṣọ**, [**bɔ́ʃɔ**].

(c) using a structure which cannot be contracted, e.g. **Ó dè wọ́n lẹ́sẹ̀**, *he tied their legs,* prevents the ambiguity which **Ó dẹsẹ̀ wọn** might have caused.

[6]See R. C. Abraham, *Dictionary of modern Yoruba*, pp. xxiii–xxiv 'Dropping of sounds'.

Bibliography

Abraham, R. C. — *Dictionary of modern Yoruba,* University of London Press Ltd, 1958

Adebiyi, O. — *Ìlo awọn àmì lórí ọrọ Yoruba Olokun* 2, September 1960

Ajibọla, J. O. — *Òwe Yoruba,* Oxford University Press, Ibadan, Nigeria, 1961

Akinjogbin, I. A. — Book reviews:
Atumọ Ede Yoruba by I. O. Delanọ
Dictionary of modern Yoruba by R. C. Abraham (*Odu,* 7th March 1959, pp. 44–5)
Òmìnira ati ede wa' (*Olokun,* 3rd May 1961)
Ìkùnsínú (*Olokun,* 2nd September 1960)

Akintan, E. A. — Lecture: 'The fundamental principles of the Yoruba language and common errors in the writing of Yoruba words and sentences', Lagos, 1947
Modern grammar of the Yoruba language, 1949

Atilade, E. A. — *Ìkìlọ̀ fún awọn ọmọde,* Apa 1–3, New Nigeria Press, Lagos

Babalọla, S. A. — *The content and form of Yoruba Ìjálá,* Oxford University Press, 1966

Bamgboṣe, A. — *A grammar of Yoruba,* Cambridge University Press, 1964
Yoruba orthography, Ibadan University Press, 1965

'Verb-nominal collocations in Yoruba; A problem in syntactic analysis', *Journal of West African Languages,* Vol. 1, No. 2, 1964

Bassey, E. E. — 'The Press of Nigeria', Unpublished Thesis, Faculty of Journalism, Moscow State University, 1964

Bowen, T. J. — *A grammar and dictionary of the Yoruba language,* Washington, 1958

Catholic Church, Dahomey — *Tẹwọ́ gb' ẹbọ wa,* Music recorded by Rev. K. Carrol, Catholic Mission, Ijẹbu Igbo, Nigeria

Church Missionary Society — *Language studies in Yoruba,* 1914
Iwe kini ni Ede Yoruba, 1920

Crowther, S. — *A grammar and vocabulary of the Yoruba language,* 1852

Delanọ, I. O. — *Atúmọ̀ Ede Yoruba,* Oxford University Press, 1958
Àgbékà Ọrọ Yoruba, Oxford University Press, 1960

Dennet, R. E. — 'How the Yoruba count', *Journal of the African Society,* Vol. XVI–XVI, 1917

Fortune, G. — 'The future of African languages', *Overseas Quarterly,* September 1958

De Gaye, J. A. and Beecroft, W. S. — *Yoruba grammar* 1951

Gbadamọsi, B. and Beier, U. — 'Yoruba poetry' (A special publication of *Black Orpheus*), Ministry of Education, General Publications Section, Western Region, Ibadan, 1959

Green, M. M. and Igwe, G. E. — *A descriptive grammar of Igbo,* Berlin Academic Verlag, 1963, XIII, 235

Hair, P. E. H. — 'Notes on the early study of some West African Languages', *Bulletin de l'Institut Français d'Afrique Noire,* Dakar, July–October 1961

Idowu, B. *Olodumare* (*God in Yoruba belief*), Longmans Green and Co. Ltd, 1962

Jordan, C. C. 'Towards an African literature', *Africa South*
'Land, labour and literature', 1959, Vol. 4, No. 1 (October–December)
'Poetry and the new order', March 1959
'Riddles and proverbs', January–March 1958
'Traditional poetry', October–December 1957
'Literary stabilization'

Laşebikan, E. L. *Learning Yoruba,* Oxford University Press, 1958
A Yoruba revision course, Oxford University Press, 1949
Ojulowo Yoruba (*Books 1–3*), Oxford University Press

Lashore, J. O. *Gbéjẹ 'O n' iyì* (*Books 1 and 2*), Alakesi Printing Press, Ake Abẹokuta, 1949

Ọbasa, *Awọn Akéwì* (*Books 1–2*)

Odujinrin, J. S. *Modern lessons in Yoruba* (*Books 1–2*), Waterloo Press, London, 1964

Ọdunjọ, J. F. *Alawiye* (*Books 1–2*), Longmans, Green and Co. Ltd, London

Odunuga, S. 'Tense-aspect system of the Yoruba language in comparison with Russian', unpublished work, Department of History and Linguistics, University of Friendship, Moscow

Oguji, J. E. S. *Ìwé Àròfọ̀ Aláwìdọ̀la,* The Nigerian Economic Development Society, Box 2, Ebute Metta, 1946

Ogunbọwale, P. O. *Àkójọpọ̀ Orin Ìbílẹ̀ Yorùbá,* Evans Brothers Ltd, London, 1961
Awọn Irúnmalẹ̀ Ilẹ̀ Yoruba, Evans Brothers Ltd, London, 1962

Àṣà Ìbílẹ̀ Yoruba, Oxford University Press, Ibadan, 1966

Oyelẹsẹ, J. O. *Àlọ́ o* (*Apa kini*), Oxford University Press, 1948

Rowlands, E. C. 'The middle tone in Yoruba', *Afrikanistische Studien Herausgegeben,* von J. Lukas, 1955

Siertsema, B. 'Nasal sounds in Yoruba', *Lingua,* Vol. VIII, No. 1, 1958

Ward-Price, H. L. *Yoruba phrase book with phonetic spelling,* 1925

Ward, I. C. *Introduction to the Yoruba language,* W. Heffer and Sons Ltd, Cambridge, 1952

Wood, J. *Notes on the construction of the Yoruba language,* 1879

Yakovleva, V. *Yazik Yoruba* (*Yoruba language*), Moscow, 1963

Yemitan, O. *Ìjálá, Are Ọdẹ,* Oxford University Press, Ibadan, 1963